ருஷ்ய
மந்திரக் கதைகள்

தமிழில்: **நா. முகமது செரீபு**, எம்.ஏ.,

பாணன் பதிப்பகம்

எண் : 32/B, குமரபுரி காலனி 3வது குறுக்குத் தெரு,
பாரதி புரம், தருமபுரி, - 636 705.
தொலைபேசி எண் : 99628 44457.
Email: paananpathipagam@gamil.com

ருஷ்ய மந்திரக்கதைகள்	Russia Mandhirakathaigal
தமிழில்: நா. முகமது செரீபு, எம்.ஏ.,	Translation: N. Mohammed Sherif, M.A.,
பதிப்பு ஆண்டு: ஜனவரி, 2023	**Year of Edition:** January, 2023
தாள்: என். எஸ். புக் பிரிண்ட்	**Paper:** N.S. Book Print
நூல் அளவு: 1/8 டெம்மி	**Book Size:** 1/8 Demy
எழுத்து அளவு: 12 புள்ளி	**Font Size: 12 points**
பக்கங்கள்: 88	**Pages:** 88
நூல்வடிவமைப்பு	**Design by:**
பாணன் பதிப்பகம் தருமபுரி	Paanan Pathipagam Dharmapuri
வகை: சிறார் சிறுகதைகள்	**Subject:** Childrens Stories

விலை:

வெளியீடு: PP : 10

ISBN: 978-81-960529-9-7

பாணன் பதிப்பகம்

எண் : 32/B, குமரபுரி காலனி 3வது குறுக்குத் தெரு,
பாரதி புரம், தருமபுரி, - 636 705.
தொலைபேசி எண் : 99628 44457.
Email: paananpathipagam@gamil.com

பொருளடக்கம்

பொருளடக்கம்

1. பேரழகி வசிலீசா

முன்னொரு காலத்தில் ஒரு நாட்டில் கிழவன் ஒருவனும் கிழவி ஒருத்தியும் வசிலீசா என்ற தங்களது மகளுடன் வாழ்ந்தனர். வீடு என்று ஒரே ஒரு குடிசை மட்டுமே அவர்களுக்கு இருந்தது, ஆனால் அவர்களுடைய வாழ்க்கை அமைதியாகவும் மகிழ்ச்சியாகவும் இருந்தது.

எனினும், துரதிருஷ்டம் அவர்களை வந்து அடைந்தது. கிழவியின் உடல்நிலை மிக மோசமானது. தனது முடிவு நெருங்கி விட்டது என்பதை உணர்ந்த அவள் வசிலீசாவை அழைத்து சிறு பொம்மை ஒன்றைக் கொடுத்து அவளிடம் சொன்னாள்:

''நான் சொல்வது போலச் செய்வாய், என் குழந்தாய். இந்தச் சிறு பொம்மையைக் கவனமாக வைத்துக்கொள், யாரிடமும் இதைக் காட்டவே செய்யாதே. உனக்கு ஏதேனும் துன்பம் நேர்ந்தால், பொம்மைக்குத் தின்பதற்கு ஏதாவது கொடுத்து அதன் அறிவுரையைக் கேள். நீ தருவதைத் தின்ற பிறகு உன் துயரங்களில் எல்லாம் அது உனக்கு உதவும்.''

வசிலீசாவுக்குக் கடைசி முத்தம் கொடுத்துவிட்டுக் கிழவி இறந்து போனாள்.

சிறிது காலத்திற்குக் கவலையும் துயரமும் கொண்ட கிழவன் மீண்டும் மணம் புரிந்து கொண்டான். வசிலீசாவுக்கு இரண்டாவது தாய் ஒருத்தியைக் கொடுக்க வேண்டும் என்று அவன் நினைத்திருந்தான், ஆனால் மாறாக கொடுமையான மாற்றாந்தாய் ஒருத்தியையே அவளுக்குக் கொடுத்தான்.

மாற்றாந்தாய்க்கும் சொந்த மகள் இருவர் இருந்தனர். அவர்கள் இருவரும் பகைமை பாராட்டுபவர்களாக, இழிவானவர்களாக, சரிக்கட்ட முடியாதவர்களாக இருந்தனர். மாற்றாந்தாய் அவர்களிடம் மிக அன்பாக இருந்தாள், முத்தமிட்டாள், செல்லங்கொடுத்தாள். ஆனால் வசிலீசாவிடம் எப்போதும் குற்றங்கண்டு தொந்தரவு செய்தாள். வசிலீசா மிகவும் மகிழ்ச்சியற்று இருந்தாள், ஏனெனில் மாற்றாந்தாயும் மாற்றாந்தாய்ச் சகோதரிகளும் தொடர்ந்து அவளைத் திட்டினர், அவளது சக்திக்கு மேல் வேலைவாங்கினர். அதிகமான வேலையினால் அவள் மெலிவாள், காற்றினாலும் சூரிய வெப்பத்தாலும் அவளது முகம் கருக்கும், அருவருப்பானதாக மாறும் என அவர்கள் நம்பினார்கள். நாள் முழுக்க ஒருத்தி மாற்றி ஒருத்தியாக அவளிடம் வந்து சத்தம் போட்டனர்:

“வசிலீசா, வா இங்கே! வசிலீசா, எங்கே இருக்கிறாய்? விறகு கொண்டு வா, மாவைப் பிசை! பால் கற, தரையைப் பெருக்கு! சுறுசுறுப்பாக வேலை செய்! முகத்தைச் சுளிக்காதே!”

தனக்கு இடப்பட்ட வேலை அனைத்தையும் வசிலீசா செய்தாள், ஒவ்வொருவரையும் திருப்தி செய்தாள். நாளுக்கு நாள் அவளது அழகு கூடிக்கொண்டே போயிற்று. அவள் வருணிக்க முடியாத அளவு அழகானவளாய் இருந்தாள். வசிலீசாவுக்கு எல்லாவற்றிலும் உதவிசெய்தது அவளுடைய சிறிய பொம்மைதான்.

அதிகாலையில் வசிலீசா பசுவிடம் பால் கறப்பாள், பிறகு சாமானறைக் குள்ளாகச் சென்று கதவைத் தாழிட்டுக் கொண்டு, பொம்மைக்குச் சிறிது பால் கொடுத்துவிட்டுக் கூறுவாள்:

“சின்னஞ்சிறு பொம்மையே பாராய்,

என்னிடம் வாராய்,

பாலை உண்பாய்,

தொல்லையைக் கேளாய்.''

பொம்மையும் பாலைப் பருகிவிட்டு வசிலீசாவுக்கு ஆறுதல் சொல்லி, அவளுக்காக அவளது அனைத்து வேலைகளையும் செய்யும். வசிலீசா நிழலில் உட்கார்ந்து பூ தொடுத்தாள், அந்நேரத்திற்குள், காய்கறித் தோட்டம் களையெடுக்கப்படுவது, வீட்டிற்குத் தண்ணீர் எடுத்து வைப்பது, அடுப்பு மூட்டுவது, முட்டைக்கோசுக்குத் தண்ணீர் விடுவது ஆகிய வேலைகள் முடிந்துவிடும். வெயிலில் அடிபட்டுக் கருப்பதினின்றும் தடுத்துக்கொள்ள மூலிகை ஒன்றை பொம்மை அவளுக்குக் காட்டியிருந்தது, வசிலீசா அதைப் பயன்படுத்தி மேன்மேலும் அழகு மிக்கவளானாள்.

ஒருநாள் இலையுதிர் காலத்தில் நீண்டகாலப் பயணமாகக் கிழவன் வீட்டை விட்டுக் கிளம்பினான்.

மாற்றாந்தாயும் மூன்று சகோதரிகளும் குடிசையில் அமர்ந்திருந்தனர்.

அப்போது வெளியே ஒரே இருட்டாகவும் மழை பெய்துகொண்டும் காற்று ஊளையிட்டுக் கொண்டும் இருந்தது. அடர்ந்த காட்டின் ஓரத்தில் அந்தக் குடிசை அமைந்திருந்தது, அந்தக் காட்டில் தான் கண்ணிமைக்கும் நேரத்தில் கோழிக்குஞ்சுகளைப் போல ஆட்களை விழுங்கும் சூனியக்காரி பாபா&யகா வசித்தாள்.

சகோதரிகள் மூவருக்கும் மாற்றாந்தாய் செய்வதற்குச் சில வேலைகள் கொடுத்தாள். முதலாமவள் ஜரிகை நெய்யவும் இரண்டாமவள் காலுறை பின்னவும் வசிலீசா நூல் நூற்கவும் தொடங்கினர். பிறகு மூவரும் அமர்ந்து வேலைபார்த்துக் கொண்டிருந்த மூலையில் எரிந்து கொண்டிருந்த ஒரே ஒரு பிர்ச் மரச்சிராயைத் தவிர எல்லா விளக்குகளையும் அணைத்துவிட்டு அவள் படுக்கச்

சென்றாள். அந்த மரச்சிராய் சிறிது நேரத்தில் படபடவென்று சத்தமிட்டப் பிறகு திடீரென்று அணைந்து போயிற்று.

‘‘என்ன செய்வது?’’ மாற்றாந்தாயின் இரு மகள்களும் கத்தினார்கள். ‘‘குடிசையில் இருட்டாக இருக்கிறது, நாம் வேலை செய்தாக வேண்டும்.’’ நம்மில் ஒருத்தி பாபா & யகாவிடம் சென்று நெருப்பு வாங்கிவர வேண்டும்.’’

‘‘நான் போகமாட்டேன்,’’ என்றாள் மூத்தவள். ‘‘நான் ஜரிகை நெய்து கொண்டிருக்கிறேன், பார்க்கப் போதுமான அளவுக்கு என்னுடைய ஊசி நல்ல பிரகாசமாக இருக்கிறது.’’

‘‘நானும் போகமாட்டேன்,’’ என்றாள் இரண்டாமவள். ‘‘நான் காலுறை பின்னிக் கொண்டிருக்கிறேன், பார்க்கப் போதுமான அளவுக்கு என்னுடைய இரண்டு ஊசிகளும் பிரகாசமானவையாக இருக்கின்றன.’’

பிறகு அவர்கள் இருவரும் கத்தினார்கள்: ‘‘வசிலீசா இருக்கிறாள், அவள்தான் நெருப்பு வாங்கப் போயாக வேண்டும். வசிலீசா, இந்த நிமிடமே பாபா & யகாவிடம் போ!’’ குடிசையைவிட்டு வசிலீசாவை அவர்கள் வெளியே தள்ளினார்கள்.

அவளைச் சுற்றிலும் இரவின் கருமை சூழ்ந்து நின்றது, காடோ அடர்த்தியானது, காற்றோ மூர்க்கமாக வீசியது. வசிலீசா நடுக்குற்றாள், கண்ணீர் சிந்தினாள், தனது பையினின்றும் சிறிய பொம்மையை வெளியே எடுத்தாள்.

‘‘ஓ, என் அருமை சிறிய பொம்மையே,’’ சொன்னாள், ‘‘நெருப்பு வாங்கிவர அவர்கள் என்னை பாபா&யகாவிடம் அனுப்புகிறார்கள். அந்த பாபா&யகா எலும்புகள் நறநறக்க ஆட்களை விழுங்குபவள்.’’

‘‘நீ கவலைப்படாதே,’’ என்று பொம்மை பதிலளித்தது. ‘‘நீ நன்றாக இருப்பாய். நான் உன்னுடன் இருக்கின்ற வரை உனக்கு எந்தத் தீங்கும் நேராது.’’

''எனக்கு ஆறுதல் சொல்வதற்காக மிக்க நன்றி, பொம்மையே,'' என்று கூறிய வசிலீசா புறப்பட்டுச் சென்றாள்.

அவளைச் சுற்றிலும் காடு ஒரு சுவர் போல எழுந்தது, பிரகாசமான வளர்பிறை நிலவோ நட்சத்திரம் மின்னுவதோ உயரே வானில் காணப்படவில்லை.

நடுங்கியவாறும் சிறிய பொம்மையை நெருக்கமாக அணைத்தவாறும் வசிலீசா நடந்து சென்றாள்.

திடீரென்று குதிரையில் விரைந்து சென்று கொண்டிருந்த ஒருவனைப் பார்த்தாள். அவனது ஆடைகள் வெண்ணிறத் திலும் குதிரை வெண்ணிறத்திலும் இருந்தன. வெள்ளியாலான சேணமானது இருட்டில் வெள்ளையாகப் பளிச்சிட்டது.

இப்போது பொழுது புலர்ந்து கொண்டிருந்தது. வசிலீசா தள்ளாடவும் தடுமாறவும் செய்தாள், வேர்களிலும் அடிக்கட்டைகளிலும் இடித்துக்கொண்டாள். அவளது நீண்ட சடையில் பனித்துளிகள் மின்னின, அவளது கைகள் குளிர்ந்தும் விறைத்தும் போய்விட்டன.

திடீரென்று மற்றொரு குதிரைக்காரன் பாய்ச்சலில் வந்தான். அவன் சிவப்பு நிற உடையில் இருந்தான், அவனது குதிரை சிவப்பு நிறம், குதிரையினுடைய சேணமும் சிவப்பு நிறத்தில் இருந்தது.

சூரியன் உயரே எழுந்து வசிலீசாவை முத்தமிட்டு, வெதுவெதுப்பூட்டி, பின்னலில் இருந்த பனியை உலர வைத்தது.

வசிலீசா நிற்காமல் நாள் முழுக்க நடந்தாள். அந்தி சாய்கின்ற நேரத்தில் ஒரு வெட்ட வெளியை அடைந்தாள்.

அதைச் சுற்றிலும் பார்த்தபோது அங்கே குடிசை ஒன்று இருப்பதைக் கண்டாள். குடிசையைச் சுற்றி இருந்த வேலியானது மனித எலும்புகளால் ஆக்கப்பட்டு உச்சிகளில்

மனித மண்டையோடுகளைக் கொண்டிருந்தது. கடவையாக மனிதக் கால்களே இருந்தன, தாழ்ப்பாள்களாக மனிதக் கைகளே இருந்தன, பூட்டாக கூர்மையான பற்களே இருந்தன.

வசிலீசா துடுக்குற்று அப்படியே நிலைத்துப் போய் விட்டாள். திடீரென்று குதிரையில் ஒருவன் சவாரி செய்துகொண்டு வந்தான். கருப்பு உடை அணிந்திருந்தான், குதிரையும் கருப்பு நிறம், அதன் சேணமும் கருப்பு நிறம், குதிரைக்காரன் படலை வரை சவாரியில் வந்து காற்றாய்க் கரைவது போல மறைந்து போனான்.

இரவு வந்தது, அவ்வளவுதான்! வேலிக்கு மகுடமிட்டிருந்த மண்டையோடுகளின் கண்கள் ஒளிரத் தொடங்கி, இரவு பகல் போல வெளிச்சமாகியது.

வசிலீசா அச்சத்தால் நடுங்கினாள். அவளால் பாதங்களை அசைக்க முடியவில்லை, தரையோடு தரையாக உறைந்து போனது போலாயிற்று. அந்தப் பயங்கரமான இடத்திலிருந்து அவளால் நகர முடியவில்லை.

அந்நேரத்தில் பூமி நடுங்குவதையும், தனக்குக் கீழாகக் குலுங்குவதையும் உணர்ந்தாள். பாபா & யகா ஓர் உரலில் அமர்ந்து பறந்தபடி, உலக்கையை ஒரு சாட்டை போல வீசிக்கொண்டும் ஒரு துடைப்பத்தால் வழித்தடத்தைப் பெருக்கிக்கொண்டும் வந்தாள். கடவை வரை பறந்து வந்த அவள் காற்றை மோப்பம் பிடித்துவிட்டுக் கத்தினாள்:

‘‘ருஷ்ய மாமிசவாடை அடிக்கிறது! யார் இங்கே?’’

பாபா & யகாவின் முன்னே வந்து தாழப்பணிந்து மிகவும் பணிவுடன் வசிலீசா சொன்னாள்:

‘‘நான் தான் வசிலீசா, பாட்டி. உன்னிடம் நெருப்புக் கேட்பதற்காக என் மாற்றாந்தாய்ச் சகோதரிகள் என்னை அனுப்பினார்கள்.’’

''ஓ, நீயா?'' பாபா & யகா பதிலளித்தாள். ''உன்னுடைய மாற்றாந்தாய் என் உறவுக்காரி. நல்லது, சற்று நேரம் என்னிடம் தங்கி வேலை பார், பிறகு என்ன செய்வதென்று நாம் பார்ப்போம்.''

அவள் உரக்கக் கத்தினாள்:

''திறந்து கொள்ளுங்கள், என்னுடைய வலிமையான தாழ்ப்பாள்களே! திறந்து கொள், எனது அகலமான கடவையே!''

கடவை அகலத் திறந்துகொண்டது. பாபா & யகா தனது உரலில் உள்ளே வந்தாள், அவளுக்குப் பின்னே வசிலீசாவும் நடந்து உள்ளே வந்தாள்.

கடவையில் வளர்ந்துநின்ற ஒரு பிர்ச் மரம் தனது கிளைகளால் வசிலீசாவை விளாச முயன்றது.

''பிர்ச் மரமே, இவளைத் தொடாதே, நான் தான் இவளை உள்ளே கூட்டி வந்தேன்,'' என்றாள் பாபா & யகா.

அவர்கள் வீட்டிற்கு வந்தார்கள், அங்கே கதவருகே படுத்திருந்த நாய் ஒன்று வசிலீசாவைக் கடிக்கவிருந்தது.

''இவளைத் தொடாதே, நான் தான் இவளை உள்ளே கூட்டி வந்தேன்,'' என்றாள் பாபா & யகா.

அவர்கள் வீட்டிற்குள்ளாக வந்தபோது நடைபாதையில் கிடந்த கிழட்டு முறுமுறுப்பான் பூனை ஒன்று வசிலீசாவைப் பிறாண்டவிருந்தது.

''இவளைத் தொடாதே, கிழட்டு முறுமுறுப்பான் பூனையே, நான் தான் இவளை உள்ளே கூட்டி வந்தேன்,'' என்றாள் பாபா&யகா.

''அதாவது, வசிலீசா,'' என்று கூறினாள், ''என்னிட மிருந்து ஓடிப்போவது அவ்வளவு சுலபமானதன்று. என்னுடைய பூனை உன்னைப் பிறாண்டும், என் நாய்

உன்னைக் கடிக்கும், என் பிர்ச் மரம் உன்னை விளாசும், உன் கண்களைப் பிடுங்கும், மேலும் என்னுடைய கடவை உன்னை வெளியே விடாது.''

பாபா & யகா தனது அறைக்குள்ளாக வந்து ஒரு பெஞ்சின் மீது கைகால்களை நீட்டியவாறு அமர்ந்தாள்.

''கரும்புருவ வேலைக்காரியே, உண்பதற்கு ஏதாவது கொண்டுவா,'' என்று உத்தரவிட்டாள்.

கருப்புருவ வேலைக்காரி உணவை எடுத்துக் கொண்டு ஓடிவந்தாள்: தின்ன ஒரு கோப்பை நிறைய முட்டைக்கோசு சூப், வாளி நிறைய பால், இருபது கோழிகள், நாற்பது வாத்துகள், அரைக் கன்று குட்டி, இரண்டு சினையப்பங்கள் ஆகியனவும், குடிப்பதற்குக் கணக்கற்ற ஒயினும் பீரும்.

பாபா & யகா எல்லாவற்றையும் தானே தின்று விட்டு, வசிலீசாவிடம் சின்னஞ்சிறு ரொட்டித் துண்டு மட்டும் கொடுத்தாள்.

''நல்லது, வசிலீசா,'' என்றாள். ''இந்தத் திணைச் சாக்கை எடுத்து, தனித்தனியாகப் பார்த்து கருப்பு விதைகளைத் தனியாகப் பொறுக்கு. நீ அதைச் செய்யவில்லை என்றால், உன்னை நான் தின்று விடுவேன்.''

அதன் பிறகு பாபா & யகா தூங்கிப் போனாள்.

வசிலீசா சிறிய ரொட்டித் துண்டை தனது பொம்மைக்குக் கொடுத்துச் சொன்னாள்:

''சின்னஞ்சிறு பொம்மையே பாராய்,
என்னிடம் வாராய்,
ரொட்டியை உண்பாய்,
தொல்லையைக் கேளாய்.''

பாபா & யகாவினுடைய கட்டளையைப் பற்றி அதனிடம் சொன்னாள்.

பொம்மை பதில் பேசியது:

"அழ வேண்டாம், கவலைப்பட வேண்டாம். படுத்து நன்றாகத் தூங்கு. நான் உனக்கு உதவி செய்வேன்."

வசிலீசா தூங்கிப் போனாளோ இல்லையோ, பொம்மை சத்தம் போட்டது:

"சிறகடிக்கும் என் நண்பர்களே பாரீர்,
சின்னவள் வசிலீசாவுக்கு ஆதரவு தாரீர்,
அழைப்பினை அன்புடனே ஏற்பீர்,
அனைவருமாய் ஒருசேர வாரீர்!"

எல்லாப் பக்கங்களிலிருந்தும் பறவைகள் கூட்டங் கூட்டமாய்ப் பறந்து வந்தன. அவை கிறீச்சிடவும், கூவவும் தொடங்கி தானிய மணிகளை ஒவ்வொன்றாக மிக விரைந்து பொறுக்கத் தொடங்கின. கோணிக்குள்ளாக அருமையான தானியங்கள் போக, பதர்கள் இரைப்பைக்குள்ளாகச் சென்றன. இரவு கடப்பதற்கு முன்பே கோணி நிறைந்தது.

இதனிடையே வெள்ளை உடையணிந்த குதிரைக்காரன் தனது வெள்ளைக் குதிரையில் பாய்ச்சலில் கடவையைக் கடந்து சென்றான். பொழுதும் புலர்ந்துவிட்டது.

பாபா & யகா விழித்தெழுந்து கேட்டாள்:

"நான் உனக்குச் சொன்னதைச் செய்துவிட்டாயா, வசிலீசா?"

"ஆமாம், எல்லாவற்றையும் செய்து விட்டேன், பாட்டி."

பாபா & யகா மிகவும் கோபடைந்தாள், ஆனால் அவளால் என்ன சொல்ல முடியும்?

"ஹூம்," என்று முணுமுணுத்தாள், "நான் வேட்டைக்குப் போகிறேன், அதோ அந்தச் சாக்கை எடு. அதில் பட்டாணியும் கசகசா விதையும் கலந்து இருக்கின்றன. அவற்றைத்

தனித்தனியே பிரித்து இரு தனிக் குவியல்களாக வை. நினைவிருக்கட்டும், நீ அதைச் செய்யவில்லை என்றால், உன்னைத் தின்று விடுவேன்.''

பாபா & யகா வெளியே முற்றத்திற்குள்ளாகச் சென்று சீட்டியடித்தாள், உரல் உலக்கையுடன் அவளிடம் வேகமாய்ச் சென்றது.

சிவப்புக் குதிரைக்காரன் விரைந்து பாய்ச்சலில் செல்ல சூரியன் உதயமானது.

பாபா & யகா உரலுக்குள்ளாக ஏறி, முற்றத்தைக் கடந்து செல்கையில் உலக்கையை ஒரு சாட்டை போல வீசிக் கொண்டும் ஒரு துடைப்பத்தால் வழித்தடத்தைப் பெருக்கிக்கொண்டும் வெளியே சென்றாள்.

வசிலீசா ரொட்டித் துண்டு ஒன்றை எடுத்து அதைத் தனது சிறிய பொம்மைக்கு ஊட்டிவிட்டுச் சொன்னாள்:

''என் மீது இரக்கம் கொள், என் அருமை பொம்மையே, எனக்கு உதவிசெய்.''

பொம்மை கணீரென்ற குரலில் அழைத்தது:

''வீட்டிலும் களஞ்சியத்திலும் வயலிலும் உள்ள எலிகளே என்னிடம் வாருங்கள்!''

எங்கிருந்தோ கூட்டங் கூட்டமாக எலிகள் ஓடிவந்தன. ஒருமணி நேரத்திற்குள் வேலை முழுக்க முடிந்தது.

மாலைப் பொழுது நெருங்கிக் கொண்டிருந்தது, கரும்புருவ வேலைக்காரி உணவு பரிமாறி விட்டு பாபா & யகாவினுடைய வருகைக்காகக் காத்திருந்தாள்.

கருப்புக் குதிரைக்காரன் கடவையை விரைந்து கடக்க இரவு வந்தது. வேலிக்கு மகுடமிட்டு நின்ற மண்டையோடு களின் கண்கள் மின்னத் தொடங்கின. மரங்கள் முணங்கவும் கிறீச்சிடவும் செய்தன, இலைகள் சலசலத்தன,

கண்ணிமைக்கும் நேரத்தில் கோழிக் குஞ்சுகளைப் போல ஆட்களை விழுங்கும் சூனியக்காரி பாபா & யகா வீட்டிற்குத் திரும்பினாள்.

“நான் உனக்குச் சொன்னதைச் செய்துவிட்டாயா, வசிலீசா?” என்று கேட்டாள்.

“ஆமாம், செய்து விட்டேன், பாட்டி.”

பாபா&யகா மிகவும் கோபமடைந்தாள், ஆனால் அவளால் என்ன சொல்ல முடியும்?

“நல்லது, படுக்கப் போ. நானும் ஒரு நிமிடத்தில் தூங்கப் போகிறேன்.”

வசிலீசா அப்பால் சென்று பாபா & யகா சொல்வதைக் கேட்டாள்:

“கரும்புருவ வேலைக்காரியே, சூட்டடுப்பை மூட்டு, நன்கு சூடாக்கு, நான் விழித்து எழுந்ததும் வசிலீசாவை வறுத்து சாப்பிடுவேன்.”

பாபா & யகா ஒரு பெஞ்சின் மீது படுத்து தன் முகவாய்க் கட்டையை ஓர் அலமாரி மீது வைத்து பாதங்களால் தன்னை மூடிக்கொண்டு மிகவும் உரக்கக் குறட்டைவிட்டுத் தூங்க, காடு முழுக்க நடுங்கி, ஆடியது.

வசிலீசா கண்ணீர் பெருக்கினாள், தனது பொம்மையை வெளியே எடுத்து ரொட்டித் துண்டு ஒன்றை முன்னே நீட்டிக் கூறினாள்:

“சின்னஞ்சிறு பொம்மையே பாராய்,
என்னிடம் வாராய்,
ரொட்டியை உண்பாய்,
தொல்லையைக் கேளாய்!”

பாபா & யகாவின் கட்டளையைப் பற்றி அதனிடம் சொன்னாள்.

தொல்லையிலிருந்து விடுபடுவதற்கு அவள் என்ன செய்ய வேண்டும் என்பதை பொம்மை அவளுக்குக் கூறியது.

வசிலீசா கரும்புருவ வேலைக்காரியிடம் விரைந்து சென்று தாழ வணங்கி, ''என்னைக் காப்பாற்று!'' என்று அழுதாய். ''நீ சூட்டடுப்பை மூட்டுகின்ற போது விறகுக்கு மேலாகத் தண்ணீரை ஊற்று. உன்னுடைய சிரமத்திற்குப் பரிசாக இதோ என்னுடைய பட்டுத் தலைக்குட்டை.''

கரும்புருவ வேலைக்காரி பதில் சொன்னாள்:

''நல்லது, கண்ணே, நான் உனக்கு உதவி செய்வேன். சூட்டடுப்பைச் சூடாக்க நான் நிறைய நேரத்தை எடுத்துக் கொள்வேன். பாபா & யகாவை இரவு முழுக்க அயர்ந்து தூங்க வைக்கிறேன். நீ ஓடிப்போய் விடு, வசிலீசா!''

''ஆனால் அந்த மூன்று குதிரைக்காரர்களும் என்னைப் பிடித்துத் திரும்பவும் கொண்டுவந்து விடமாட்டார்களா?''

''ஓ, மாட்டார்கள்,'' என்று கரும்புருவ வேலைக்காரி பதிலளித்தாள். ''வெள்ளைக் குதிரைக்காரன் பிரகாசமான பகல், சிவப்புக் குதிரைக்காரன் பொன்னிறச் சூரியன், கருப்புக் குதிரைக்காரன் கருமையான இரவு, அவர்கள் உன்னைத் தொடமாட்டார்கள்.''

வசிலீசா வெளியே நடைபாதைக்குள்ளாக ஓடினாள், உடனே முறுமுறுப்பான் பூனை அவளிடம் விரைந்து வந்து பிறாண்டவிருந்தது. ஆனால் அவள் அதற்கு ஒரு பணியாரத்தை வீசியெறியவே, அவளை அது தொடவில்லை.

வசிலீசா முற்றத்திற்கு ஓடிய போது நாய் பாய்ந்து வந்து அவளைக் கடிக்கவிருந்தது. ஆனால் அதனிடம் அவள் ஒரு ரொட்டித் துண்டை வீசவே, அது அவளைப் போகவிட்டது.

வசிலீசா முற்றத்தை விட்டு வெளியே ஓடவிருந்த போது பிர்ச் மரம் அவளை விளாசி கண்களைப் பிடுங்கவிருந்தது. ஆனால் அதை ஒரு நாடாவால் அவள் கட்டவே, மரம் அவளைக் கடந்து போகவிட்டது.

கடவையும் போகவிடாமல் மூடவிருந்தது, ஆனால் வசிலீசா அதனது கீல்களுக்கு மசகு தடவவே அது அகலத் திறந்துகொண்டது.

இருண்ட காட்டிற்குள்ளாக வசிலீசா ஓடினாள், அந்நேரத்தில் கருத்த குதிரைக்காரன் பாய்ச்சலில் வரவே, சுற்றிலும் ஒரே இருள்மயமானது. நெருப்பு இல்லாமல் அவளால் எப்படி வீட்டிற்குத் திரும்பிப் போக முடியும்? மாற்றாந்தாயிடம் அவள் என்ன சொல்லுவாள்? மாற்றாந்தாய் அவளைக் கொல்லவும் செய்வாள்.

ஆகவே தனக்கு உதவுமாறு பொம்மையிடம் கேட்டாள். அது சொல்லியபடி செய்தாள்.

வேலியிலிருந்து மண்டையோடு ஒன்றை எடுத்து, ஒரு குச்சியின் உச்சியில் அதை வைத்துக்கொண்டு காட்டின் குறுக்கே புறப்பட்டுச் சென்றாள். அதன் கண்கள் மின்னின, கருத்த இரவு பகல் போல வெளிச்சமாகியது.

பாபா & யகாவைப் பொருத்த வரை, அவள் விழித்தெழுந்து சோம்பல் முறித்தாள், அப்போது வசிலீசா போய்விட்டதை அறிந்ததும் வெளியே நடைபாதைக்கு விரைந்தாள்.

‘‘முறுமுறுப்பானே, வசிலீசா உன்னைக் கடந்து ஓடியபோது அவளை நீ பிறாண்டினாயா?’’ எனக் கேட்டாள்.

முறுமுறுப்பான் பூனை பதில் சொன்னது:

‘‘இல்லை, அவளை நான் போகவிட்டேன், ஏனெனில் அவள் எனக்குப் பணியாரம் தந்தாள். பாபா & யகா, நான் உனக்குப் பத்து ஆண்டுகள் சேவை செய்திருக்கிறேன், ஆனால் நீ எனக்கு ரொட்டித் துண்டு கூடத் தந்ததில்லை.’’

பாபா & யகா வெளியே முற்றத்திற்குள்ளாக விரைந்தாள்.

‘‘வசிலீசாவை நீ கடித்தாயா, எனது நன்றியுள்ள நாயே?’’ எனக் கேட்டாள்.

நாய் பதில் சொன்னது:

‘‘இல்லை, அவளை நான் போகவிட்டேன், ஏனெனில் அவள் எனக்குக் கொஞ்சம் ரொட்டி கொடுத்தாள். அநேக ஆண்டுகளாக உனக்கு நான் சேவை செய்திருக்கிறேன், ஆனால் நீ எனக்கு எலும்பு கூடத் தந்ததில்லை.’’

‘‘பிர்ச் மரமே, பிர்ச் மரமே!’’ பாபா & யகா கர்ஜித்தாள். ‘‘நீ வசிலீசாவின் கண்களைப் பிடுங்கினாயா?’’

பிர்ச் மரம் பதில் பேசியது:

‘‘இல்லை, அவளை நான் போகவிட்டேன், ஏனெனில் அவள் ஒரு நாடாவால் எனது கிளைகளைக் கட்டினாள். நானும் இங்கே பத்து ஆண்டுகளாக வளர்ந்திருக்கிறேன், ஒரு கயிற்றால் கூட நீ என்னைக் கட்டியது இல்லை.’’

பாபா & யகா கடவையிடம் ஓடினாள்.

‘‘கடவையே, கடவையே!’’ கத்தினாள். ‘‘வசிலீசா கடந்து போகும் முன்பே நீ சாத்திக்கொண்டாயா?’’

கடவை பதில் சொன்னது:

‘‘இல்லை, அவளை நான் போக விட்டேன், ஏனெனில் எனது கீல்களுக்கு அவள் மசகு தடவினாள். நீண்ட காலமாக உனக்கு நான் சேவை செய்திருக்கிறேன், ஆனால் அவற்றின் மீது நீ தண்ணீர் கூட விட்டதில்லை.’’

பாபா&யகா சீற்றமடைந்தாள். நாயை விளாசவும், பூனையை அடிக்கவும், கடவையை உடைக்கவும், பிர்ச் மரத்தை வெட்டவும் தொடங்கினாள். அதனால் அவள் பெரும் களைப்படையவே வசிலீசாவைப் பின்தொடர்ந்து போகவில்லை. வசிலீசாவோ வீட்டிற்கு ஓடினாள். வீட்டிற்குள்ளாக விளக்கு இல்லை என்பதைக் கண்டாள். அவளது மாற்றாந்தாய்ச் சகோதரிகள் வெளியே விரைந்து வந்து அவளைக் கண்டிக்கவும் திட்டவும் தொடங்கினர்.

‘‘நெருப்புக் கொண்டுவர ஏன் இவ்வளவு நேரம் எடுத்துக்கொண்டாய்?’’ எனக் கோரினர். ‘‘வீட்டில் எங்களால் விளக்கு ஏற்ற முடியவில்லை. நாங்கள் திரும்பத் திரும்ப சிக்கிமுக்கியை உரசியும் பலன் இல்லை. பக்கத்து வீட்டிலிருந்து நெருப்பு வாங்கி வீட்டிற்குள் வந்ததுமே அது அணைந்து போய்விட்டது. ஒருகால் உன்னுடையது தொடர்ந்து எரியக் கூடும்.’’

மண்டையோட்டை அவர்கள் வீட்டிற்குள்ளாகக் கொண்டுவந்தார்கள். அதனுடைய கண்கள் மாற்றாந்தாய் மீதும் அவளது இரு மகள்கள் மீதும் பார்வையைச் செலுத்தி நெருப்பைப் போல அவர்களைச் சுட்டெரித்தன. மாற்றாந்தாயும் அவளது மகள்களும் ஒளிந்துகொள்ள முயன்றனர், ஆனால் எங்கெல்லாம் ஓடினார்களோ அங்கெல்லாம் கண்கள் அவர்களைத் தொடர்ந்தன.

காலைக்குள்ளாக அவர்கள் மூவரும் சாம்பலாகிப் போயினர். வசிலீசா மட்டும் தீங்கின்றித் தப்பினாள்.

அவள் குடிசைக்கு வெளியே அந்த மண்டையோட்டைப் புதைத்தாள், அந்த இடத்தில் சிவப்பு ரோஜாச் செடி ஒன்று வளர்ந்தது.

அதன் பிறகு அந்தக் குடிசையில் மேலும் தங்கியிருக்க விரும்பாமல், நகரத்திற்குச் சென்று ஒரு கிழவியின் வீட்டில் குடியிருந்தாள்.

ஒருநாள் கிழவியிடம் சொன்னாள்:

‘‘பாட்டி, வேலை எதுவுமே செய்யாமல் உட்கார்ந்திருந்து சலித்துப் போய்விட்டது. எனக்குக் கொஞ்சம் மிகச் சிறந்த சணல்நார் வாங்கி வா.’’

கிழவி கொஞ்சம் சணல்நார் வாங்கித் தரவே, வசிலீசா நூல் நூற்கத் தொடங்கினாள். மிக விரைவாகவும் நன்றாகவும் வேலை செய்தாள். கைராட்டினம் சுழல, அதினின்றும் தங்க மயிர் போல இழை மெல்லியதாகவும் ஒரே சீராகவும்

வெளிவந்து கொண்டிருந்தது. பிறகு துணி நெய்யத் தொடங்கினாள், நூலுக்குப் பதிலாக ஊசியில் கோக்கக்கூடிய அளவுக்கு அது மிக அருமையாக இருந்தது. அதைச் சலவை செய்தால். அது பனியை விட வெண்மையாக மாறியது.

''இதோ, பாட்டி,'' என்றாள், ''போய் இந்தத் துணியை விற்று, அந்தப் பணத்தை நீ வைத்துக்கொள்.''

கிழவி அந்தத் துணியைப் பார்த்துவிட்டு வாய்பிளந்தாள்.

''இல்லை, என் குழந்தாய், இந்த மாதிரித் துணி இளவரசன் மட்டுமே அணிந்துகொள்ளப் பொருத்தமானது. இதை நான் அரண்மனைக்கு எடுத்துப் போவது நல்லது.''

துணியை அவள் அரண்மனைக்கு எடுத்துப் போனாள். இளவரசன் இதைப் பார்த்த போது வியப்புற்றுப் போனான்.

''இதற்கு நீ எவ்வளவு விரும்புகிறாய்?'' எனக் கேட்டான்.

''இது விற்க முடியாத அளவுக்கு மிக அரிய துணி. உங்களுக்கு அன்பளிப்பாகத்தான் கொண்டுவந்தேன்.''

இளவரசன் கிழவிக்கு நன்றி சொல்லி பரிசுகள் அளித்து வீட்டிற்கு அனுப்பிவைத்தான்.

ஆனால் இந்தத் துணியைச் சட்டையாகத் தைக்கத் தகுந்த ஆளை அவனால் காண முடியவில்லை, ஏனெனில் துணியைப் போலவே கைத் திறமையும் சிறப்பாக இருக்க வேண்டியிருந்தது. ஆகவே அந்தக் கிழவியை மீண்டும் அழைத்து வரச் செய்து அவளிடம் சொன்னான்:

''இந்த அருமையான துணியை நெய்தது நீதான். ஆகவே இதை எப்படிச் சட்டை தைப்பது என்பதையும் கட்டாயம் நீ அறிந்திருக்க வேண்டும்.''

''இளவரசே, இந்த நூலை நூற்றதோ துணியை நெய்ததோ நான் இல்லை. வசிலீசா என்பவள் தான் செய்தாள்.''

கிழவி வீட்டுக்குச் சென்று இது பற்றி எல்லாவற்றையும் வசிலீசாவிடம் தெரிவித்தாள்.

வசிலீசா இரண்டு சட்டைகள் தைத்து, பட்டு இழைகளால் அவற்றில் பூவேலை செய்து, பெரிய, வட்டமான முத்துகளைப் பதித்து, அரண்மனைக்கு எடுத்துப் போகுமாறு கிழவியிடம் சொல்லிவிட்டு, சன்னல் அருகே அமர்ந்து பின்னல் வேலையில் ஈடுபட்டாள்.

வெகு சீக்கிரமே இளவரசனுடைய வேலையாட்களில் ஒருவன் அவளை நோக்கி ஓடிவந்து கொண்டிருப்பதைக் கண்டாள்.

''இளவரசர் அரண்மனைக்கு வருமாறு உன்னை அழைக்கிறாய்,'' என்றான்.

வசிலீசா அரண்மனை சென்றாள். அவளைப் பார்த்ததும் இளவரசன் அவளது பேரழகால் மயக்குற்றுப் போனான்.

''நீ திரும்பிப் போவதை நான் தாங்கிக்கொள்ள முடியாது, நீ என் மனைவியாக வேண்டும்,'' என்றான்.

அவளது பால் வெள்ளைநிறக் கைகளைப் பற்றி தனது இருக்கைக்குப் பக்கத்தில் அவளை அமரச் செய்தான்.

வசிலீசாவும் இளவரசனும் திருமணம் செய்துகொண் டார்கள். அதையடுத்துச் சிறிது காலத்தில் வசிலீசாவினுடைய தந்தை திரும்பிய போது, அவர்களுடனேயே அரண்மனை யில் தங்கிவிட்டான்.

அந்தக் கிழவியையும் தன்னுடன் வசிப்பதற்கு வசிலீசா அழைத்துக் கொண்டாள். சிறிய பொம்மையைப் பொருத்த வரை, அதை எப்போதுமே தனது பையில் வைத்துக் கொண்டாள்.

இப்படியாக வாழ்ந்த அவர்கள் இன்றளவும் வாழ்ந்து நம்மை விருந்திற்கு எதிர்பார்த்துக் கொண்டிருக்கிறார்கள்.

2. இளவரசன் இவானும் சாம்பல்நிற ஓநாயும்

முன்னொரு காலத்தில் பெரேந்தி என்ற பெயருடைய அரசர் இருந்தார். அவருக்கு மூன்று மகன்கள் இருந்தனர், அவர்களில் இளையவன் இவான் என்று அழைக்கப் பட்டான்.

அரசரின் அழகிய தோட்டத்தில் தங்க ஆப்பிள்கள் காய்க்கும் ஆப்பிள் மரம் ஒன்று இருந்தது.

தனது தோட்டத்திற்கு யாரோ வந்து தங்க ஆப்பிள்களைத் திருடிக்கொண்டு போவதாக அரசர் ஒருநாள் கண்டுபிடித்தார். இதனால் அவர் மிகவும் கவலையுற்றார். தோட்டத்திற்குக் காவல்காரர்களை அனுப்பினார், ஆனால் அவர்களால் திருடனைப் பிடிக்க முடியவில்லை.

அரசர் அந்தளவுக்கு துயருற்றுப் போனதால் உணவையோ நீரையோ அவர் தொடவில்லை. அவருடைய மகன்கள் அவருக்கு ஆறுதல் சொல்ல முயன்றனர்.

''கவலைப்பட வேண்டாம், அருமைத் தந்தையே,'' என்றனர். ''தோட்டத்தை நாங்களே காவல் காப்போம்.''

மூத்த மகன் சொன்னான்: ''இன்று காவல் இருப்பது என்னுடைய முறை.''

அவன் தோட்டத்திற்குள்ளாகச் சென்றான். அவன் நீண்ட நேரமாக நடந்தும் யாரையும் காணவில்லை. ஆகவே மென்மையான புல்லின் மீது படுத்துத் தூங்கிப் போனான்.

காலையில் அரசர் அவனிடம் கேட்டார்:

''சரி, எனக்கு நல்ல செய்தி கொண்டு வந்திருக்கிறாயா? திருடன் யார் எனக் கண்டுபிடித்து விட்டாயா?''

''இல்லை, அருமைத் தந்தையே. இரவு முழுக்க நான் கண்களை மூடவில்லை, ஆனால் யாரையும் நான் காணவில்லை.''

மறு இரவு காவல்காக்க இரண்டாவது மகன் சென்றான். அவனும் தூங்கிப்போய், யாரையும் தான் பார்க்கவில்லை என்று காலையில் சொன்னான்.

இப்போது காவலுக்குப் போவது இளைய மகனுடைய முறை. இளவரசன் இவான் தந்தையினுடைய தோட்டத்தைக் காவல்காக்கச் சென்றான். அவன் படுக்கத் துணியவில்லை, ஏன், உட்காருவது பற்றிச் சிந்திக்கவும் இல்லை. தூக்கம் வருவது போல உணர்ந்தால், பனித்துளியால் முகத்தைக் கழுவிக்கொண்டு, திரும்பவும் நன்கு விழித்திருப்பான்.

பாதி இரவு சென்றது. திடீரென்று தோட்டத்தில் வெளிச்சம் மின்னுவதைப் பார்த்தான். அது மேன்மேலும் பிரகாசமாகிக் கொண்டே வந்தது, சுற்றியுள்ள எல்லா வற்றுக்கும் அது ஒளியூட்டியது. இளவரசன் இவான் உற்றுப் பார்த்தான், ஆப்பிள் மரத்தில் தீப்பறவை ஆப்பிள்களைக் கொத்திக் கொண்டிருப்பதைக் கண்டான்.

இளவரசன் இவான் மரம் வரை ஊர்ந்துசென்று வாலைப் பற்றி அப்பறவையைப் பிடித்தான். ஆனால் தீப்பறவை அவனது பிடியிலிருந்து விடுவித்துக்கொண்டு, தனது வாலிலிருந்து ஓர் இறகை அவனது கையில் விட்டபடி பறந்து போயிற்று.

காலையில் இளவரசன் இவான் தன் தந்தையிடம் சென்றான்.

''நல்லது, மகனே, திருடனைப் பிடித்துவிட்டாயா?'' எனக் கேட்டார் அரசர்.

‘‘இல்லை, அப்பா,’’ என்றான் இளவரசன் இவான். ‘‘அவனை நான் பிடிக்கவில்லை, ஆனால் அவன் யார் என்று நான் கண்டுபிடித்து விட்டேன். பாருங்கள், இந்த இறகை ஒரு நினைவுப் பொருளாக உங்களுக்குக் கொண்டு வந்திருக்கிறேன். தீப்பறவைதான் திருடன், அப்பா.’’

அரசர் இறகை எடுத்துக்கொண்டார், அப்போதிருந்து அவர் திரும்பவும் மகிழ்ச்சியுடையவராக மாறி உண்ணவும் குடிக்கவும் தொடங்கினார். ஆனால் ஒருநாள் தீப்பறவையைப் பற்றிச் சிந்திக்கத் தொடங்கிய அவர், தனது மகன்களை அழைத்துச் சொன்னார்:

‘‘எனது அருமை மகன்களே, உங்களுடைய நம்பகமான குதிரைகளுக்குச் சேணம் பூட்டி, பரந்த உலகத்தைப் பார்க்கப் புறப்படுங்கள். தொலைதூரத்து எல்லா மூலைகளிலும் நீங்கள் தேடினால் ஒருவேளை தீப்பறவையைக் காணக் கூடும்.’’

மகன்கள் தங்களுடைய தந்தைக்குத் தலை வணங்கி, நம்பகமான குதிரைகளுக்குச் சேணம் பூட்டிப் புறப்பட்டார் கள். மூத்தமகன் ஒரு சாலையிலும், நடுமகன் மற்றொன்றிலும், இளவரசன் இவான் மூன்றாவது சாலையிலும் சென்றனர்.

இளவரசன் இவான் எவ்வளவு தூரம் சென்றான் என்றே தெரியாது. கோடையாகவும் மிகுந்த வெக்கையாகவும் இருந்தது. பெரும் களைப்புற்று தனது குதிரையை விட்டுக் கீழே இறங்கி, அது வெகு தூரம் போய்விடாதபடி இருப்பதற்காக அதனது கால்களைக் கட்டிப் போட்டுவிட்டு, புல்லின் மீது படுத்துத் தூங்கிப் போனான்.

அவன் எவ்வளவு நேரம் தூங்கினானோ தெரியாது. அவன் விழித்தெழுந்த போது தனது குதிரை போய்விட்டதைக் கண்டான். அதைத் தேடிப் புறப்பட்டான். நடந்து போய்க்கொண்டே இருந்தான், பாவம், கடைசியில் அதனது எலும்புகளை மட்டுமே கண்டான்! இளவரசன் இவான்

பெரிதும் துயருற்றான்: குதிரை இன்றி அவனால் எப்படிப் பயணத்தைத் தொடர முடியும்?

''என்ன பரிதாபம்,'' என்று நினைத்தான், ''ஆனால் மேலும் போயாக வேண்டும்.''

கால்நடையாகச் சென்றான். கால் விழுந்து போகு மளவுக்கு மேன்மேலும் நடந்தான். மெதுவான புல்லின் மீது உட்கார்ந்த அவன் மிகுந்த கவலையும் சோகமும் அடைந்தான். திடீரென்று சாம்பல்நிற ஓநாய் ஒன்று அவனை நோக்கி ஓடிவந்து கொண்டிருந்தது.

''எதற்காக மிகுந்த கவலையாகவும் துயரமாகவும் இங்கே உட்கார்ந்திருக்கிறாய், இளவரசன் இவான்?'' என வினவியது சாம்பல்நிற ஓநாய்.

''கவலைப்படாமல் எப்படி இருப்பது, சாம்பல்நிற ஓநாயே? எனது நம்பகமான குதிரையை இழந்துவிட்டேன்.''

''உன்னுடைய குதிரையைத் தின்றது நான் தான், இளவரசன் இவான். ஆனால் உனக்காக வருத்தப்படுகிறேன். சரி, வீட்டிலிருந்து தொலைதூரம் வந்து என்ன செய்து கொண்டிருக்கிறாய், எங்கே போய்க் கொண்டிருக்கிறாய் என்பதை எனக்குச் சொல்லு.''

''என் அப்பா தீப்பறவையைத் தேடுவதற்கு இந்தப் பரந்த உலகத்திற்குள்ளாக என்னை அனுப்பி வைத்திருக்கிறார்.''

''அப்படியா? அந்தக் குதிரையில் மூன்று ஆண்டு களானாலும் தீப்பறவையை உன்னால் அடைந்திருக்க முடியாது. அது எங்கே வசிக்கிறது என்பது எனக்கு மட்டுமே தெரியும். ஆக, இப்படி இருக்கட்டும் & உனது குதிரையை நான் தின்றுவிட்டதால், உன்னுடைய உண்மையான, நம்பிக்கைக்குரிய வேலைக்காரனாக நான் இருப்பேன். எனது முதுகில் ஏறி இறுக்கமாகப் பிடித்துக்கொள்.''

இளவரசன் இவான் அதனது முதுகில் ஏறிக்கொள்ள, சாம்பல்நிற ஓநாய் மின்னல் வேகத்தில் பாய்ந்து சென்றது.

நீலநிற ஏரிகள் விரைவாகக் கடந்து சென்றன, பச்சைநிறக் காடுகள் கண் இமைக்கும் நேரத்தில் மறைந்தன. கடைசியில் சுற்றிலும் உயரமான சுவர் கொண்ட காப்பரண் ஒன்றுக்கு ஓநாய் வந்து சேர்ந்தது.

‘‘கவனமாகக் கேள், இளவரசன் இவான்,’’ என்றது சாம்பநிற ஓநாய், ‘‘நான் சொல்வதை நினைவில் வைத்துக் கொள். அந்தச் சுவரை ஏறிக் கட. நீ பயப்பட எதுவுமில்லை & அதிருஷ்டமான நேரத்தில் நாம் வந்திருக்கிறோம், எல்லாக் காவலர்களும் தூங்கிக் கொண்டிருக்கிறார்கள். கோபுரத்திற் குள்ளாக இருக்கும் அறையில் சன்னல் ஒன்றைக் காண்பாய், அந்தச் சன்னல் மாடத்தில் ஒரு தங்கக் கூண்டு இருக்கிறது, அந்தக் கூண்டுக்குள்ளாக தீப்பறவை இருக்கிறது. பறவையைப் பிடித்து உன் மார்புக்குள் ஒளித்து வைத்துக்கொள், ஆனால் கூண்டைத் தொடக் கூடாது என்பதை நினைவில் கொள்!’’

இளவரசன் இவான் சுவரை ஏறிக் கடந்து சன்னல் மாடத்தில் தங்கக் கூண்டுடன் இருந்த கோபுரத்தையும் கூண்டுக்குள் தீப்பறவையையும் கண்டான். பறவையைப் பிடித்து மார்புக்குள் ஒளித்துவைத்தான், ஆனால் கூண்டை விட்டு அவனால் பார்வையை அகற்ற முடியவில்லை.

‘‘ஆகா, என்ன அருமையான தங்கக் கூண்டு!’’ என்று ஏக்கத்தோடு நினைத்தான். ‘‘இதை இங்கே எப்படி நான் விட்டுச் செல்ல முடியும்!’’

ஓநாயினுடைய எச்சரிக்கையை முற்றாக மறந்து விட்டான். கூண்டை அவன் தொட்ட அக்கணமே, காப்பரணுக்குள்ளாக கூச்சலும் குழப்பமும் எழுந்தது: டிரம்பட்டுகள் முழங்கவும், மேளங்கள் அடிக்கவும் தொடங்க, காவலர்கள் விழித்தெழுந்து, இளவரசன் இவானைப் பிடித்து அரசர் அஃப்ரானிடம் இழுத்துச் சென்றார்கள்.

‘‘யார் நீ? எங்கிருந்து வருகிறாய்?’’ என்று அரசர் அஃப்ரான் கோபமாகக் கேட்டார்.

‘‘நான் இளவரசன் இவான், அரசர் பெரேந்தியின் மகன்.’’

‘‘சீ, வெட்கக்கேடு! ஓர் அரசரின் மகன் திருடனா!’’

‘‘ஆனாலும், எங்களது தோட்டத்திலிருந்து ஆப்பிள்களைத் திருட உங்களது பறவையை நீங்கள் விட்டிருக்கக் கூடாது.’’

‘‘நீ வந்து அது பற்றி நேர்மையான முறையில் என்னிடம் சொல்லியிருந்தால், உன் அப்பா அரசர் பெரேந்தியின் மீதுள்ள மரியாதை காரணமாகப் பறவையை உனக்கு அன்பளிப்பாகத் தந்திருப்பேன். ஆனால் இப்போது உங்களுடைய குடும்பத்தைப் பற்றி எல்லா இடங்களிலும் கெட்ட பெயரை நான் பரப்புவேன். எனவே நான் சொல்வதை நீ செய்தால், உன்னை நான் மன்னிப்பேன். ஏதோ ஒரு நாட்டில் குஸ்மான் என்ற பெயருடைய ஓர் அரசருக்குத் தங்கப் பிடரிமயிர் கொண்ட குதிரை ஒன்று இருக்கிறது. அந்தக் குதிரையை எனக்குக் கொண்டுவா, தீப்பறவையையும் கூண்டையும் உனக்கு அன்பளிப்பாகத் தருவேன்.’’

இளவரசன் இவான் மிகவும் கவலையும் துயரமும் அடைந்து சாம்பல்நிற ஓநாயிடம் திரும்பச் சென்றான்.

‘‘கூண்டைத் தொட வேண்டாம் என்று நான் உனக்குச் சொன்னேனே,’’ என்றது ஓநாய். ‘‘எதற்காக எனது எச்சரிக்கையை நீ பொருட்படுத்த வில்லை?’’

‘‘வருந்துகிறேன், சாம்பல்நிற ஓநாயே, தயவுசெய்து என்னை மன்னித்துவிடு.’’

‘‘நீ வருத்தப்படுகிறாய், இல்லையா? நல்லது, திரும்பவும் என் முதுகில் உட்கார். நான் வாக்குக் கொடுத்தேன், நான் தவறக் கூடாது. வாக்குறுதியைக் காப்பாற்ற வேண்டும்!’’

இளவரசன் இவானை முதுகில் சுமந்தவாறு சாம்பல்நிற ஓநாய் புறப்பட்டுச் சென்றது. எவ்வளவு நேரம் பயணம் செய்ததோ தெரியாது. கடைசியில் தங்கப் பிடரிமயிர் கொண்ட குதிரை வைக்கப்பட்டிருந்த காப்பரணுக்கு வந்து சேர்ந்தது.

''சுவரை ஏறிக் கட, இளவரசன் இவான், காவலர்கள் தூங்குகிறார்கள்,'' என்றது சாம்பநிற ஓநாய். ''இலாயத்துக்குப் போய்க் குதிரையைப் பிடி, ஆனால் கடிவாளத்தைத் தொடக் கூடாது என்பதை நினைவில் கொள்.''

இளவரசன் இவான் காப்பரண் சுவரை ஏறிக் கடந்தான். எல்லாக் காவலர்களும் தூங்கிக் கொண்டிருந்தார்கள். லாயத்துக்குப் போய் தங்கப் பிடரிமயிர் கொண்ட குதிரையைப் பற்றினான். ஆனால் அவன் கடிவாளத்தைப் பிடிக்காமல் இருக்க முடியவில்லை. அது தங்கத்தால் செய்யப்பட்டு, அரிய கற்கள் அதில் பதிக்கப்பெற்றிருந்தன & அத்தகைய குதிரைக்குப் பொருத்தமான கடிவாளம் அது.

இளவரசன் இவான் கடிவாளத்தைத் தொட்ட அக்கணமே காப்பரணுக்குள்ளாக கூச்சலும் குழப்பமும் எழுந்தது: டிரம்பட்டுகள் முழங்கவும், மேளங்கள் அடிக்கவும் தொடங்க, காவலர்கள் விழித்தெழுந்து, இளவரசன் இவானைப் பிடித்து அரசர் குஸ்மானிடம் இழுத்துச் சென்றார்கள்.

''யார் நீ? எங்கிருந்து வருகிறாய்?'' என்று அரசர் கேட்டார்.

''நான் இளவரசன் இவான்.''

''ஓர் அரசருடைய மகன் குதிரைகளைத் திருடுகிறான்! என்ன முட்டாள்தனமான காரியம் செய்கிறாய்! ஒரு சாதாரணக் குடியானவன் கூட இப்படிச் செய்ய மாட்டான். ஆனால், இளவரசன் இவான், நான் சொல்வது போல நீ செய்தால் உன்னை நான் மன்னிப்பேன். அரசர் தால்மாத்துக்கு பேரழகி யெலேனா என்ற மகள் இருக்கிறாள். அவளை என்னிடம் கொண்டு வா, தங்கப் பிடரிமயிர் கொண்ட எனது குதிரையையும் அதனது கடிவாளத்தையும் உனக்கு நான் அன்பளிப்பாகத் தருவேன்.''

இளவரசன் இவான் முன்னிலும் அதிகமாகக் கவலையும் துயரமும் அடைந்து சாம்பல்நிற ஓநாயிடம் திரும்பச் சென்றான்.

‘‘கடிவாளத்தைத் தொட வேண்டாம் என்று நான் உனக்குச் சொன்னேனே, இளவரசன் இவான்!’’ என்றது ஓநாய். ‘‘எதற்காக எனது எச்சரிக்கையை நீ பொருட்படுத்த வில்லை?’’

‘‘வருந்துகிறேன், சாம்பல்நிற ஓநாயே, தயவுசெய்து என்னை மன்னித்துவிடு.’’

‘‘வருத்தப்படுகிறாய், இல்லையா? நல்லது, தயவுசெய்து என்னை மன்னித்துவிடு.’’

‘‘வருத்தப்படுகிறாய், இல்லையா? நல்லது, திரும்பவும் என் முதுகில் உட்கார்.’’

இளவரசன் இவானுடன் சாம்பல்நிற ஓநாய் புறப்பட்டது. விரைவில் அரசர் தால்மாத்தின் நாட்டிற்கு வந்து சேர்ந்தது. அங்கே காப்பரணின் தோட்டத்தில் பேரழகி யெலேனா தனது தாதிகளுடனும் வேலைக்காரிகளுடனும் உலாவிக் கொண்டிருந்தாள்.

‘‘இந்த முறை எல்லாவற்றையும் நானே செய்வேன்,’’ என்றது ஓநாய். ‘‘நாம் வந்த வழியில் நீ திரும்பிப் போ, சீக்கிரமே உன்னோடு வந்து சேர்ந்து கொள்வேன்.’’

ஆகவே இளவரசன் இவான் தான் வந்த வழியில் திரும்பச் சென்றான். சாம்பல்நிற ஓநாய் தாவிக் கடந்து தோட்டத் திற்குள்ளாகக் குதித்தது. ஒரு புதருக்குப் பின்னே உட்கார்ந்து எட்டிப்பார்த்தது. அங்கே பேரழகி யெலேனா தனது தாதிகளுடனும் வேலைக்காரிகளுடனும் உலாவிக் கொண்டிருந்தாள். சற்று நேரத்திற்குப் பிறகு அவர்களுக்குப் பின்பக்கமாக அவள் போனபோது சாம்பல்நிற ஓநாய் அவளைப் பற்றிப் பிடித்து, தனது முதுகின் மீது குறுக்காகப் போட்டுக்கொண்டு, சுவரைத் தாண்டி நாற்கால் பாய்ச்சலில் ஓட்டம் பிடித்தது.

தான் வந்த பாதையில் இளவரசன் இவான் திரும்ப நடந்து போய்க் கொண்டிருந்தான். திடீரென்று அவனது உள்ளம் மகிழ்ச்சியால் துள்ளியது, ஏனெனில் தனது முதுகில் பேரழகி

யெலேனாவுடன் சாம்பல்நிற ஓநாய் அவன் முன் வந்து நின்றது! ''நீயுங்கூட என் முதுகில் ஏறிக்கொள், சீக்கிரமாக, அல்லது அவர்கள் நம்மைப் பிடித்துவிடக் கூடும்,'' என்றது.

தன் முதுகின் மீது இளவரசன் இவானையும் பேரழகி யெலேனாவையும் சுமந்தபடி சாம்பல்நிற ஓநாய் பாதையில் துரிதமாகச் சென்றது. நீலநிற ஏறிகள் விரைவாகக் கடந்து சென்றன, பச்சைநிறக் காடுகள் கண் இமைக்கும் நேரத்தில் மறைந்து சென்றன. அவர்கள் எவ்வளவு நேரம் பயணம் செய்தார்களோ தெரியாது, கடைசியில் அரசர் குஸ்மானுடைய நாட்டிற்கு வந்து சேர்ந்தார்கள்.

''ஏன் நீ இவ்வளவு மௌனமாகவும் வருத்தமாகவும் இருக்கிறாய், இளவரசன் இவான்?'' என்றது சாம்பல்நிற ஓநாய்.

''வருத்தப்படாமல் எப்படி இருப்பது, சாம்பல்நிற ஓநாயே? இத்தகைய அழகியைப் பிரிய என் மனம் சஞ்சலமுறுகிறது. ஒரு குதிரைக்காக நான் பேரழகி யெலேனாவை மாற்றிக் கொள்வதா!''

''இத்தகைய அழகியை நீ பிரிய வேண்டிய தேவை இல்லை. அவளை நாம் எங்காவது ஒளித்து வைப்போம். நானே பேரழகி யெலேனாவாக மாறுகிறேன், அரசரிடம் என்னை நீ எடுத்துச் செல்.''

பேரழகி யெலேனாவைக் காட்டில் இருந்த குடிசை ஒன்றில் இளவரசன் இவான் ஒளித்து வைத்தான். சாம்பல்நிற ஓநாய் ஒரு குட்டிக்காரணம் போட, உடனே பேரழகி யெலேனாவாக மாறியது. இளவரசன் இவான் அதை அழைத்துக்கொண்டு அரசர் குஸ்மானிடம் சென்றான். அரசர் பெருமகிழ்ச்சியுற்று அவனுக்குத் திரும்பத் திரும்ப நன்றி சொன்னார்.

''எனக்கு ஒரு மணமகளைக் கொண்டுவந்ததற்காக உனக்கு நன்றி, இளவரசன் இவான்,'' என்றார். ''இப்போது தங்கப்

பிடரிமயிர் கொண்ட குதிரை உன்னுடையது, கடிவாளமும் கூடத்தான்.''

இளவரசன் இவான் குதிரை மீதேறி பேரழகி யெலேனாவிடம் சென்றான். அவளைக் குதிரை மீது ஏற்றிக்கொண்டு புறப்பட்டான்.

அரசர் குஸ்மான் மணவிழா நடத்தி அதைக் கொண்டாட விருந்து வைத்து, நாள் முழுக்க விருந்துண்டார். தூங்குகிற நேரம் வரவும் தனது இளம் மனைவியை அழைத்துக் கொண்டு படுக்கையறைக்குச் சென்றார். ஆனால் அவளுடன் அவர் படுக்கைக்குச் சென்றதுமே, தனது அழகிய இளம் மனைவியின் முகத்துக்குப் பதிலாக ஓநாயின் மூஞ்சியைக் கண்டார்! மிகவும் பயந்து போன அரசர் படுக்கையை விட்டு உருண்டு விழுந்தார். சாம்பல் நிற ஓநாய் பாய்ந்து எழுந்து வெளியே ஓடியது.

இளவரசன் இவானைச் சென்றடைந்து சொன்னது:

''ஏன் கவலையாக இருக்கிறாய், இளவரசன் இவான்?''

''கவலைப்படாமல் எப்படி இருப்பது? தீப்பறவைக்காகத் தங்கப் பிடரி மயிர் கொண்ட குதிரையை மாற்றிக் கொள்ள வேண்டும் என்ற சிந்தனையை என்னால் பொறுத்துக்கொள்ள முடியவில்லை.''

''துயரப்பட வேண்டாம், நான் உனக்கு உதவி செய்வேன்,'' என்றது ஓநாய்.

விரைவிலேயே அவர்கள் அரசர் அஃப்ரானின் நாட்டை வந்தடைந்தார்கள்.

''குதிரையை பேரழகி யெலேனாவையும் ஒளித்து வை,'' என்றது ஓநாய். ''நானே தங்கப் பிடரிமயிர் கொண்ட குதிரையாக மாறுகிறேன், என்னை அரசர் அஃப்ரானிடம் நீ எடுத்துச் செல்.''

இளவரசன் இவான் பேரழகி யெலேனாவையும் தங்கப் பிடரிமயிர் கொண்ட குதிரையையும் காட்டில் ஒளித்து

வைத்தான். சாம்பல்நிற ஓநாய் ஒரு குட்டிக்கரணம் போட்டு தங்கப் பிடரிமயிர் கொண்ட குதிரையாக மாறியது. இளவரசன் இவான் அதை அரசர் அஃப்ரானிடம் அழைத்துச் செல்ல, அரசர் பெருமகிழ்ச்சியுற்று தீப்பறவையையும் தங்கக் கூண்டையும் அவனுக்கு அளித்தார்.

இளவரசன் இவான் திரும்பவும் காட்டுக்குச் சென்று, பேரழகி யெலேனாவைத் தங்கப் பிடரிமயிர் கொண்ட குதிரையின் மீது ஏற்றிக்கொண்டு, தீப்பறவை இருந்த தங்கக் கூண்டை எடுத்துக்கொண்டு வீடு நோக்கிக் கிளம்பினான்.

இதற்கிடையே அரசர் அஃப்ரான் தனக்குக் கொண்டுவரப் பட்ட பரிசுக் குதிரை மீது ஏற முயன்றபோது அது சாம்பல்நிற ஓநாயாக மாறியது. மிகவும் நடுக்குற்றுப் போன அரசர் தான் நின்ற இடத்திலேயே விழுந்தார். சாம்பல்நிற ஓநாய் அங்கிருந்து ஓடி இளவரசன் இவானோடு சேர்ந்துகொண்டது.

''இப்போது நான் விடைபெற்றுக் கொள்ள வேண்டும்,'' என்றது, ''ஏனெனில் இதற்கு மேல் என்னால் போக முடியாது.''

இளவரசன் இவான் குதிரையை விட்டுக் கீழிறங்கி, மூன்று முறை தாழ வணங்கி சாம்பல்நிற ஓநாய்க்குப் பணிவுடன் நன்றி சொன்னான்.

''கடைசியாக விடைபெற்றுக் கொள்ள வேண்டாம், ஏனெனில் என் உதவி இன்னும் உனக்குத் தேவைப்படலாம்,'' என்றது சாம்பல்நிற ஓநாய்.

''எதற்காக இதன் உதவி எனக்குத் தேவைப்பட வேண்டும்?'' என்று நினைத்தான் இளவரசன் இவான். ''என்னுடைய எல்லா ஆசைகளும் நிறைவேறி விட்டன.''

தங்கப் பிடரிமயிர் கொண்ட குதிரை மீது பேரழகி யெலேனாவையும் ஏற்றிக்கொண்டு, தீப்பறவையை எடுத்துக்கொண்டு புறப்பட்டான். ஒரு வழியாக தன் சொந்த நாட்டிற்கு வந்து சேர்ந்தான், உண்பதற்காக நிற்க

முடிவுசெய்தான். அவனிடம் கொஞ்சம் ரொட்டி இருந்தது, ஆகவே அவர்கள் ரொட்டியைத் தின்றுவிட்டு ஊற்றின் புத்தம்புது நீரைப் பருகிவிட்டு ஓய்வுக்காகப் படுத்தார்கள்.

இளவரசன் இவான் தூங்கிப் போன உடனேயே அவனுடைய சகோதரர்கள் குதிரைகளில் வந்து சேர்ந்தார்கள். தீப்பறவையைத் தேடி அவர்கள் வேறு நாடுகளுக்குச் சென்றிருந்தார்கள். இப்போது வெறுங் கையுடன் வீடு திரும்பிக் கொண்டிருந்தார்கள்.

இளவரசன் இவான் எல்லாவற்றையும் பெற்றுவிட்டதை அவர்கள் பார்த்தபோது சொன்னார்கள்:

"நம் சகோதரன் இவானை நாம் கொன்று விடலாம், ஏனெனில் அவனுடைய வேட்டைப் பொருள்கள் எல்லாம் நம்முடையவை ஆகும்."

இதனையடுத்து அவர்கள் இளவரசன் இவானைக் கொன்றார்கள். பிறகு தங்கப் பிடரிமயிர் கொண்ட குதிரை மீது தீப்பறவையுடனும் எறி, குதிரை ஒன்றில் பேரழகி யெலேனாவை அமர்த்தி அவளிடம் சொன்னார்கள்:

"இதுபற்றி வீட்டில் நீ ஒரு வார்த்தையும் பேசக் கூடாது!"

அங்கே தலைக்கு மேலே அண்டங்காக்கைகள் வட்டமடிக்க, தரையில் கிடந்தான் இளவரசன் இவான். திடீரென்று சாம்பல்நிற ஓநாய் அவனை நோக்கி ஓடிவந்து ஓர் அண்டங்காக்கையும் அதனது குஞ்சையும் பிடித்தது.

"பறந்து போய் எனக்கு சாவு நீரும் உயிர் நீரும் கொண்டுவா, அண்டங்காக்கையே," என்றது ஓநாய். "நீ கொண்டுவந்தால், உனது குஞ்சை நான் விட்டு விடுவேன்."

அண்டங்காக்கை பறந்து சென்றது & அதன் குஞ்சை ஓநாய் பிடித்து வைத்திருக்கும் போது அதனால் வேறு என்ன செய்ய முடியும்? ஒரு வழியாக இறுதியில் அது சாவு நீருடனும் உயிர் நீருடனும் திரும்ப வந்தது. சாம்பல் நிற ஓநாய் சாவு நீரை இளவரசன் இவானுடைய காயங்களின் மீது தெளிக்க,

காயங்கள் ஆறிப் போயின. பிறகு உயிர் நீர் கொண்டு அவன் மீது தெளிக்க, இளவரசன் இவான் திரும்பவும் உயிர் பெற்று எழுந்தான்.

''ஓ, எவ்வளவு ஆழ்ந்து தூங்கிவிட்டேன்!'' என்றான்.

''ஆகா,'' என்றது சாம்பல்நிற ஓநாய். ''நான் இல்லை என்றால் உன்னால் ஒருபோதும் விழித்திருக்கவே முடியாது. உன் சொந்தச் சகோதரர்கள் உன்னைக் கொன்றுவிட்டு, உனது எல்லாச் செல்வங்களையும் எடுத்துப் போய் விட்டார்கள். என் முதுகின் மேல் ஏறிக்கொள், சீக்கிரம்!''

பின்தொடர்ந்து புறப்பட்ட இளவரசன் விரைவில் இரு சகோதரர்களையும் பிடித்தான். சாம்பல்நிற ஓநாய் அவர்களைத் துண்டு துண்டாகக் கிழித்து, துண்டுகளை வயல்வெளியில் பரத்திப் போட்டது.

இளவரசன் இவான் சாம்பல்நிற ஓநாயை வணங்கி கடைசியாக விடைபெற்றுக் கொண்டான்.

தங்கப் பிடரிமயிர் கொண்ட குதிரையில் ஏறி வீட்டிற்குக் கிளம்பினான், தன் தந்தைக்கு தீப்பறவையையும், தனக்கு ஒரு மணமகளையும் கொண்டு போனான்.

அரசர் பெரேந்தி பெருமகிழ்ச்சியுற்று, எல்லாவற்றைப் பற்றியும் தன் மகனிடம் கேட்டார். தனக்குச் சாம்பல்நிற ஓநாய் எவ்வாறு உதவியது, தூங்கியபோது தன் சகோதரர்கள் தன்னை எப்படிக் கொன்றார்கள், சாம்பல்நிற ஓநாய் அவர்களை எப்படித் துண்டு துண்டாகக் கிழித்தது என்பனவற்றை இளவரசன் இவான் அவரிடம் சொன்னான்.

முதலில் அரசர் பெரேந்தி கடுமையாக வருந்தினார், ஆனால் சீக்கிரமே ஆறுதல் அடைந்தார். இளவரசன் இவான் பேரழகி யெலேனாவை மணந்தான். இருவரும் ஒன்றாக நலத்தோடும் மகிழ்ச்சியோடும் நீண்ட காலத்திற்கு வாழ்ந்தார்கள்.

☞

3. இரண்டு சகோதரர்கள்

முன்னொரு காலத்தில் இரண்டு சகோதரர்கள் வாழ்ந்தார்கள். இருவருமே இவான் என்று அழைக்கப்பட்டனர்: பணக்கார இவான், ஏழை இவான்.

பணக்கார இவானுடைய சூட்டடுப்பில் ரொட்டியும், மேசையில் இறைச்சியும், வீட்டில் தட்டுமுட்டு சாமான்களும், தொழுவத்தில் நிறையக் கால்நடைகளும், சரக்கறையில் நிறையக் கோதுமையும், அணிய நல்ல உடைகளும், தின்ன நல்ல பொருள்களும் இருந்தன. அவனது ஆடுகள் கொழுத்து இருந்தன, அவனது பசுக்கள் வழவழப்பாக இருந்தன, புல்வெளியில் அவை மேய்ந்து திரிந்தன. சுருக்கமாகச் சொன்னால், அவனிடத்தில் எல்லாமே இருந்தன. அவனும் அவனது மனைவியுமே அவனது குடும்பம். பணக்கார இவானுக்குக் குழந்தைகள் இல்லை.

ஏழை இவானுக்கு ஏழு குழந்தைகள் இருந்தனர், அடுப்பருகே ஒரு பூனை உறங்கியதைத் தவிர அவனுக்கென்று சொந்தமாக எதுவுமில்லை. அவனுடைய ஏழு குழந்தைகளும் ஒரு சேர உட்கார்ந்து கோதுமைக் கூலத் துழாவையும், முட்டைக்கோசு சூப்பும் கேட்டு மன்றாடினர். அந்தோ! அவர்களுக்குத் தின்னக் கொடுக்க ரொட்டித் துணுக்கோ, இறைச்சித் துணுக்கோ எதுவுமே இல்லை.

ஒன்றும் செய்ய முடியாமற் போகவே, ஏழை இவான் தன் பணக்காரச் சகோதரனிடம் கொஞ்சம் உணவு கேட்கச் சென்றான்.

‘‘வணக்கம், சகோதரா!’’ என்றான்.

‘‘வணக்கம், ஏழை இவான்! என்ன காரியமாக இங்கே வந்திருக்கிறாய்?’’

‘‘எனக்குக் கொஞ்சம் மாவு கடன் கொடு. உனக்கு அதைத் திரும்பத் தருவேன்.’’

‘‘நல்லது,’’ என்றான் பணக்கார இவான். ‘‘இதோ உனக்குத் தட்டு நிறைய மாவு இருக்கிறது, நீ எனக்கு சாக்கு நிறையத் திருப்பித் தர வேண்டும்.’’

‘‘ஒரு தட்டுக்கு ஒரு சாக்கு நிறையவா! என்ன சொல்கிறாய், சகோதரா! அது மிக அதிகம் என்று நீ எண்ணவில்லையா?’’

‘‘சரி, அப்படி நினைத்தால் என்னைக் கேட்காதே, வேறு யாரிடமாவது பிச்சை கேள்!’’

செய்வதற்கும் எதுவும் இல்லை. கண்ணீர் சிந்தி நின்ற ஏழை இவான் ஒரு தட்டு மாவை எடுத்துக்கொண்டு வீடு சென்றான். ஆனால் தனது வீட்டின் படலையை அடைந்திருந்த அந்நேரத்தில் பலமான காற்று வீசத் தொடங்கி கிறிச்சிடவும் சீட்டியடிக்கவும் செய்தது; ஏழை இவானுக்கு மேலாகச் சுழன்றடித்து, தட்டிலிருந்த மாவு அனைத்தையும் அடித்துக்கொண்டு திரும்பப் போய்விட்டது. தட்டில் எஞ்சியதெல்லாம் கொஞ்சம் மாவுப் பொடி ஒட்டிக் கொண்டிருந்ததுதான்.

இதனால் ஏழை இவான் மிகவும் கோபமுற்றான்.

‘‘ஓ, மட்டமான வாடைக் காற்றே!’’ என்று கத்தினான். ‘‘என் அப்பாவிக் குழந்தைகளுக்கு மோசம் செய்துவிட்டாய், அவர்களைப் பட்டினி போட்டுவிட்டாய். சற்று பொறு, உன்னைக் கண்டுபிடித்து உனது குறும்புத்தனத்துக்குச் சரியாக பதில் கொடுப்பேன்.’’

ஏழை இவான் வாடைக் காற்றைப் பிடிக்கப் புறப்பட்டுச் சென்றான். காற்று சாலை நெடுகிலும் வேகமாய்

அடித்துக்கொண்டு சென்றது, ஏழை இவான் அதைத் துரத்திக்கொண்டு ஓடினான். காற்று காட்டுக்குள்ளாக விரைந்தது, ஏழை இவான் அதைத் தொடர்ந்து சென்றான். ஒரு பெரிய ஓக் மரத்திற்கு அப்படியே வந்தான். உடனேயே காற்று மரத்தின் பொந்துக்குள்ளாக நுழைய, இவானும் அதனுடன் நுழைந்து கொண்டிருந்தான்.

தனக்கு அருகில் ஏழை இவான் இருப்பதைப் பார்த்ததும் காற்று அவனிடம் கேட்டது:

''நல்லவனே, எதற்காக என்னைப் பின்தொடர்ந்து வருகிறாய், என்னிடம் சொல்வாய்!''

''பசியுடன் இருந்த எனது குழந்தைகளுக்குக் கொஞ்சம் மாவு வாங்கிக் கொண்டு வந்து கொண்டிருந்தேன். குறும்புக்காரனாகிய நீ என் மீது வீசி, சீட்டியடித்து எல்லாவற்றையும் தூற்றிவிட்டாய். வெறுங்கையுடன் எப்படி என்னால் வீட்டுக்குச் செல்ல முடியும்?'' என்று ஏழை இவான் பதிலளித்தான்.

''ஓ, அவ்வளவு தானா!'' என்றது காற்று. ''சரி, நிலை குலைந்து போக வேண்டிய தேவை இல்லை. இதோ உனக்காக மந்திர மேசை விரிப்பு. நீ கேட்பதை எல்லாம் அது உனக்குத் தரும்.''

ஏழை இவான் பெருமகிழ்ச்சியுற்றான். காற்றுக்குத் தலை வணங்கிவிட்டு வீட்டுக்கு ஓடினான்.

வீட்டை அடைந்த உடனேயே மேசை மீது விரிப்பைப் பரத்திவிட்டுச் சொன்னான்:

''விரிப்பே, விரிப்பே, மந்திர விரிப்பே, நாங்கள் உண்ணவும் பருகவும் ஏதாவது தா!''

அவன் இதைச் சொன்னானோ இல்லையோ, மேசை விரிப்பின் மீது முட்டைக்கோசு சூப்பும், காளான் பணியாரமும், பன்றியின் தொடைக் கறியும் தோன்றின.

ஏழை இவானும் அவனது குழந்தைகளும் வயிறு நிறையத் தின்றுவிட்டு படுக்கச் சென்றனர். காலையில் சிற்றுண்டிக்காக அவர்கள் உட்கார்ந்திருந்த நேரத்தில் குடிசைக்குள்ளாகப் பணக்கார இவான் வந்தான்.

மேசை நிறைய உணவு இருப்பதைப் பார்த்ததும் பணக்கார இவானின் முகம் கோபத்தால் சிவந்தது.

''ஓ, எப்படி இது, சகோதரனே!'' என்று கத்தினான். ''திடீரென்று பணக்காரனாகி விட்டாயா?''

''உண்மையில் பணக்காரன் இல்லை. ஆனால் உணவு கேட்டு இனி நான் செல்ல மாட்டேன், உனக்குக் கூட கொஞ்சம் என்னால் கொடுக்க முடியும். மாவு ஒரு சாக்கு உனக்கு நான் கடன்பட்டிருக்கிறேன், இல்லையா? நல்லது, இப்போதே அதை நீ திரும்பப் பெற்றுக் கொள்ளலாம். விரிப்பே, விரிப்பே, மந்திர விரிப்பே, மாவு ஒரு சாக்கு எனக்குத் தா!''

அவன் இதைச் சொன்னானோ இல்லையோ, மேசை மீது மாவு ஒரு சாக்கு இருந்தது.

ஒரு வார்த்தையும் பேசாது பணக்கார இவான் மாவை எடுத்துக் கொண்டு குடிசையை விட்டு வெளியேறினான்.

ஆனால் மாலையில் தன் சகோதரனைப் பார்ப்பதற்காகத் திரும்பவும் வந்தான்.

''அன்பு கூர்ந்து எனக்கு உதவி செய், சகோதரா,'' என்றான். ''என்னை இக்கட்டில் வைத்து விடாதே. பார்த்துப் போவதற்காக பணக்காரக் கிராமம் ஒன்றிலிருந்து வீடு நிறைய ஆட்கள் வந்திருக்கிறார்கள், சூட்டடுப்பு சூடாக்கப்படவோ, ரொட்டி சுடப்படவோ இல்லையாதலால் அவர்களுக்கு விருந்தளிக்க என்னிடம் எதுவும் இல்லை. ஆகவே தயவுசெய்து ஒன்று அல்லது இரண்டு மணிநேரத்திற்கு உன்னுடைய மந்திர விரிப்பைத் தந்து உதவு.''

ஏழை இவானோ மந்திர மேசை விரிப்பை அவனுக்குக் கொடுத்தான்.

பணக்கார இவான் தனது விருந்தினர்களுக்கு உணவளித்து அனுப்பி வைத்தான். ஆனால் மந்திர மேசை விரிப்பைத்

தனது பேழையில் மறைத்து வைத்துவிட்டு, அதே போன்ற சாதாரணமான மற்றொரு விரிப்பை எடுத்துக் கொண்டு ஏழை இவானிடம் சென்றான்.

''நன்றி, சகோதரா,'' என்றான். ''வயிறு நிறைய நாங்கள் உணவளித்தோம்.''

சற்று நேரங் கழித்து ஏழை இவானும் அவனது குழந்தைகளும் உண்பதற்காக உட்கார்ந்து, மேசையின் மீது விரிப்பைப் போட்டனர்.

''விரிப்பே, விரிப்பே, மந்திர விரிப்பே, எங்களுக்கு இரவு உணவு கொஞ்சம் வேண்டும்!'' என்றான் ஏழை இவான்.

ஆனால் மேசை விரிப்போ எதுவுமின்றி ஒரே சுத்தமாகக் கிடந்தது. பொறுமையாக அவர்கள் காத்திருந்த போதும் அதன் மீது எந்த உணவும் தோன்றவில்லை.

ஏழை இவான் பணக்காரச் சகோதரனிடம் ஓடினான்.

''என்னுடைய மந்திர மேசை விரிப்பை என்ன செய்துவிட்டாய், சகோதரா?'' என்று அவனிடம் கேட்டான்.

''நீ என்ன கேட்கிறாய்? ஏன், நான் உன்னிடமிருந்து பெற்ற அதே விரிப்பைத்தான் உனக்குத் திருப்பித் தந்து விட்டேனே.''

ஏழை இவான் கண்ணீர் சிந்திவிட்டு வீடு திரும்பினான்.

ஒருநாள் கழிந்தது, பிறகு மற்றொரு நாள் கழிந்தது, அவனுடைய குழந்தைகள் உணவு கேட்டு அழத் தொடங்கினார்கள். திண்பதற்கு அவர்களுக்குக் கொடுக்க ரொட்டித் துண்டோ இறைச்சித் துண்டோ எதுவும் இல்லை. ஒன்றும் செய்ய முடியாமற் போகவே, ஏழை இவான் தனது பணக்காரச் சகோதரனைப் பார்ப்பதற்காகத் திரும்பவும் சென்றான்.

''வணக்கம், சகோதரா!'' என்றான்.

‘‘வணக்கம், ஏழை இவான்! எதற்காக இங்கு வந்திருக்கிறாய்?’’

‘‘என்னுடைய குழந்தைகள் அழுது கொண்டிருக் கிறார்கள், கடும் பசியாக உள்ளனர். கொஞ்சம் மாவோ, ரொட்டித் துண்டோ எனக்குத் தா, சகோதரா.’’

‘‘உனக்குக் கொடுப்பதற்கு என்னிடம் மாவோ, ரொட்டியோ எதுவும் இல்லை. ஆனால் சாமானறையில் ஜெல்லி ஒரு தட்டு இருக்கிறது. நீ விரும்பினால் அதை எடுத்துக் கொள்ளலாம்.’’

ஏழை இவான் ஒரு தட்டு ஜெல்லியை எடுத்துக்கொண்டு வீடு சென்றான். பகற்பொழுது வெப்பமாக இருந்தது, சூரியன் பிரகாசமாகப் பளிச்சிட்டது, அதனது கதிர்கள் நேரடியாக தட்டிலிருந்த ஜெல்லி மீது விழுந்தன. ஜெல்லி உருகிப்போய், துளித்துளியாக சாலையில் வடிந்தது, சாலையில் சிறிய குட்டை மட்டுமே எஞ்சி இருந்தது.

ஏழை இவான் பெரிதும் கோபமுற்றான்.

‘‘ஏய், முட்டாள் சூரியனே!’’ என்று கத்தினான். ‘‘உனக்கு இது விளையாட்டு, என்னுடைய அப்பாவிக் குழந்தை களுக்கோ இது துரதிருஷ்டம். உன்னை நான் கண்டுபிடித்து உனது குறும்புத்தனத்துக்குச் சரியாக பதில் கொடுப்பேன்.’’

ஏழை இவான் சூரியனைப் பிடிப்பதற்காகப் புறப்பட்டான். மேன்மேலும் நடந்தான், ஆனால் சூரியன் எப்போதுமே அவனை முந்திக் கொண்டு சென்றது. மாலை வாக்கில் தான் அது மலைகளுக்கு அப்பால் சாய்ந்தது. அங்கு தான் ஏழை இவான் அதைக் கண்டுபிடித்தான்.

தனக்கு அருகே ஏழை இவான் இருப்பதைப் பார்த்தபோது சூரியன் சொன்னது:

‘‘வா, இவான், எதற்காக என்னைப் பின்தொடர்கிறாய் என்பதைச் சொல்.’’

''பசியுடன் இருந்த எனது குழந்தைகளுக்குக் கொஞ்சம் ஜெல்லி கொண்டு வந்து கொண்டிருந்தேன். முட்டாள் சூரியனாகிய நீ மேன்மேலும் பிரகாசமாய்ப் பளிச்சிடவும் ஜெல்லியுடன் விளையாடவும் தொடங்கிவிட்டாய். ஜெல்லி உருகிப்போய் சாலையில் சிறு தாரையாக வடிந்துவிட்டது. எனது குழந்தைகளிடம் வீட்டுக்கு வெறுங்கையுடன் எப்படி என்னால் செல்ல முடியும்?'' என்று ஏழை இவான் பதிலளித்தான்.

''ஓ, அவ்வளவு தானா!'' என்றது சூரியன். ''உன்னைத் துயரப்பட வைத்ததும் நான் தான், உதவி செய்யப் போவதும் நான் தான். இதோ எனது சொந்த மந்தையிலிருந்து இந்த ஆட்டை உனக்குத் தருகிறேன். அதற்கு ஓக் கொட்டை உணவளி, பாலுக்குப் பதிலாக அது தங்கம் கொடுக்கும்.''

ஏழை இவான் சூரியனுக்குத் தலைவணங்கி விட்டு ஆட்டை ஓட்டிக்கொண்டு வீடு திரும்பினான். அதற்கு ஓக் கொட்டை தின்னக் கொடுத்து, பிறகு பால் கறக்கத் தொடங்கினான். பாலுக்குப் பதிலாக அது திரவ வடிவத்தில் தங்கத்தைக் கொடுத்தது.

அன்றைய நாளிலிருந்து ஏழை இவானுடைய வாழ்க்கை நன்றாக மாறியது, அவனுடைய குழந்தைகளுக்கு எப்போதுமே உண்ணப் போதுமானது கிடைத்தது.

இந்த ஆட்டைப் பற்றிக் கேள்விப்பட்டதுமே பணக்கார இவான் தன் சகோதரனைப் பார்க்க ஓடோடி வந்தான்.

''வணக்கம், சகோதரா!'' என்று கத்தினான்.

''வணக்கம், பணக்கார இவானே.''

''அன்புகூர்ந்து எனக்கு உதவி செய், சகோதரா. ஒரு மணி நேரத்திற்கு உன் ஆட்டை இரவல் தா. நான் கடன்பட்ட கொஞ்சப் பணத்தைத் திருப்பிக் கொடுத்தாக வேண்டும், என்னிடம் சல்லிக் காசு இல்லை.''

‘‘நல்லது, நீ எடுத்துப் போகலாம், ஆனால் மீண்டும் என்னை ஏமாற்ற முயலாதே.’’

பணக்கார இவான் ஆட்டை ஓட்டிக் கொண்டு போய் தங்கப் பால் நிறையக் கறந்தான். பிறகு அந்த ஆட்டை ஒரு கொட்டகையில் மறைத்து வைத்துவிட்டு ஒரு சாதாரண ஆட்டை ஏழை இவானிடம் ஓட்டி வந்தான்.

‘‘உதவி செய்ததற்காக நன்றி, சகோதரா,’’ என்றான்.

ஏழை இவான் ஆட்டுக்கு ஓக் கொட்டை அளித்துவிட்டு, பிறகு பால் கறக்கத் தொடங்கினான். ஆனால் ஒரு துளி தங்கம் கூட காணப்படவில்லை.

ஏழை இவான் தனது பணக்காரச் சகோதரனிடம் ஓடினான், ஆனால் அவனோ சொல்வதைக் கேட்கக்கூட இல்லை.

‘‘அது பற்றி எனக்கு ஒன்றும் தெரியாது,’’ என்றான். ‘‘நான் உன்னிடமிருந்து பெற்ற அதே ஆட்டைத்தான் உனக்குத் திருப்பிக் கொடுத்தேன்.’’

ஏழை இவான் கண்ணீர் சிந்திவிட்டு வீடு திரும்பினான். நாள்கள் கடந்தன, வாரங்கள் பறந்தன. அவனுடைய குழந்தைகள் திரும்பவும் பசியால் கதறத் தொடங்கினார்கள். குளிர்காலமும் வந்துவிட்டது, மிகவும் குளிராக இருந்தது. அவர்களுக்குத் தின்னக் கொடுக்க ரொட்டித் துண்டோ, இறைச்சித் துண்டோ எதுவுமே வீட்டில் இல்லை. ஒன்றும் செய்ய முடியாமற் போகவே, உணவு கேட்பதற்காக ஏழை இவான் தனது பணக்காரச் சகோதரனிடம் சென்றான்.

‘‘என் குழந்தைகள் கதறிக் கொண்டிருக்கிறார்கள், கடும் பசியோடு இருக்கிறார்கள், சகோதரா,’’ என்றான். ‘‘எனக்குக் கொஞ்சம் மாவு கடன் கொடு!’’

‘‘உனக்குக் கொடுப்பதற்கு என்னிடம் மாவோ ரொட்டியோ கிடையாது. ஆனால் நேற்றைய முட்டைக்கோசு சூப் கொஞ்சம் உனக்குத் தருகிறேன். அது சாமானறையில் ஒரு பானையில் இருக்கிறது.’’

ஏழை இவான் அந்த சூப்புப் பானையை எடுத்துக் கொண்டு வீடு சென்றான். அவன் நடந்து போய்க் கொண்டிருக்கையில் உறைபனி கடுமையாக விழுந்தது. பனிப்புயல் ஊளையிட்டது, இரைச்சலிட்டது, மிகவும் குளிராகிக் கொண்டு வந்தது. முட்டைக்கோசு சூப்புடன் உறைபனி விளையாட ஆரம்பித்தது. முதலில் பனிப்படலத்தை அதன் மீது பரப்பி, பிறகு கொஞ்சம் பனியை விழவைத்தது. மேன்மேலும் விளையாடி முட்டைக்கோசு சூப் எல்லாவற்றையும் உறைந்து போக வைத்தது. அடியில் கருத்த பனிக்கட்டித் துண்டைத் தவிர பானையில் எதுவுமில்லாமல் போனது.

ஏழை இவான் பெருங் கோபமுற்றான்.

''ஓ, மட்டமான கிழட்டு உறைபனியே, இது உனக்கு விளையாட்டு, ஆனால் எனது குழந்தைகளுக்கோ துரதிருஷ்டம். சற்று பொறு, உன்னைக் கண்டுபிடித்து உனது குறும்புத்தனத்துக்குச் சரியாகப் பதில் கொடுப்பேன்!''

ஏழை இவான் உறைபனியைப் பிடிப்பதற்காகப் புறப்பட்டான். வயல்வெளிகளுக்கு மேலாக உறைபனி ஓட, ஏழை இவான் அதைப் பின்தொடர்ந்தான். உறைபனி காட்டிற்குள்ளாக அடித்துக்கொண்டு சென்றது, ஏழை இவான் அதைப் பின்தொடர்ந்து சென்றான். ஒரு பெரிய பனிப்பாறைக்குக் கீழாக உறைபனி படுத்தது, அங்கே ஏழை இவான் சென்றான். உறைபனி வியப்போடு கேட்டது:

''எதற்காக என்னைப் பின்தொடர்ந்து வருகிறாய், இவான்? என்னிடமிருந்து உனக்கு என்ன வேண்டும்?''

''நேற்று முட்டைக்கோசு சூப் பானையை எடுத்துக் கொண்டு வீட்டிற்கு எனது குழந்தைகளிடம் போய்க் கொண்டிருந்தேன். நீ உன்னுடைய விளையாட்டைத் தொடங்கி எல்லாவற்றையும் உறையச் செய்துவிட்டாய். வெறுங்கையுடன் என்னால் எப்படி வீட்டுக்குச் செல்ல

முடியும்? என்னுடைய மந்திர மேசை விரிப்பையும், பாலுக்குப் பதிலாக தங்கம் தரும் ஆட்டையும் என் சகோதரன் எடுத்துக் கொண்டுவிட்டான், இப்போது நீ முட்டைக்கோசு சூப்பையும் பாழாக்கிவிட்டாய்!'' என்று பதிலளித்தான் ஏழை இவான்.

''ஓ, அவ்வளவு தானா!'' என்றது உறைபனி. ''சரி, அதை ஈடு செய்வதற்கு அடிகொடுத்து உதவும் கோணியை உனக்குத் தருகிறேன். 'கோணியை விட்டு வெளியே இருவர்!' என்று சொல், இருவர் குதித்து வெளியே வருவர். 'கோணிக்குள்ளாக இருவர்!'' என்று சொல், அந்த இருவரும் திரும்பவும் கோணிக்குள்ளாகப் போய்விடுவார்கள்.''

ஏழை இவான் தலைவணங்கிவிட்டு வீடு திரும்பினான். கோணியை நோக்கிச் சொன்னான்: ''கோணியை விட்டு வெளியே இருவர்!''

பைன் மரக் கதாயுதம் இரண்டு கோணியை விட்டு வெளியே பாய்ந்து, ஏழை இவானைத் தாக்கி நையப்புடைக்கத் தொடங்கி கூறின:

''ஆதாயம் பார்ப்பவன் பணக்கார இவான்! புத்திசாலியாக இரு, அல்லது திரும்பவும் ஏமாற்றுவான்!''

அவை அந்தளவு பலமாக அவனுக்கு அடி கொடுக்கவே, ஏழை இவான் கஷ்டப்பட்டு மூச்சுவிட்டுக் கத்தினான்: ''கோணிக்குள்ளாக இருவர்!''

உடனே இரண்டு கதாயுதங்களும் கோணிக்குள்ளாக ஊர்ந்து சென்று அங்கே மிகவும் அமைதியாகப் படுத்துக் கொண்டன.

சாயங்காலப் பொழுது வந்ததோ இல்லையோ பணக்கார இவான் தன் சகோதரனின் வீட்டுக்கு ஓடி வந்தான்.

''எங்கே போயிருந்தாய், ஏழை இவான்?'' எனக் கேட்டான். ''என்ன கொண்டு வந்திருக்கிறாய்?''

‘‘நான் உறைபனியைப் பார்த்துவிட்டு வந்தேன், சகோதரா. எனக்கு அன்பளிப்பாக ஒரு மந்திரக் கோணி கொடுத்தது. ‘கோணியை விட்டு வெளியே இருவர்!’ என்று சொன்னதும் உடனே அதினின்றும் இருவர் வெளியே தாவி வந்து செய்ய வேண்டியன எல்லாவற்றையும் செய்து கொடுப்பார்கள்.’’

‘‘அன்பு காட்டு, ஏழை இவானே, ஒரு நாளைக்கு உன்னுடைய கோணியை எனக்குத் தா. என் வீட்டுக் கூரை உடைந்து போய்விட்டது, சரி பார்க்க யாருமே இல்லை.’’

‘‘சரி, பணக்கார இவானே, என்னுடைய கோணியை நீ எடுத்துப் போகலாம்.’’

பணக்கார இவான் கோணியை எடுத்துக்கொண்டு வீடு திரும்பியதும் கதவைத் தாழிட்டுக் கொண்டான்.

‘‘கோணியை விட்டு வெளியே இருவர்!’’ எனக் கத்தினான்.

அவ்வளவுதான்! கோணியினின்றும் பைன் மரக் கதாயுதம் இரண்டு பாய்ந்து வெளிவந்தன. அவை பணக்கார இவானை நையப்புடைக்கத் தொடங்கி கூறின:

‘‘சகோதரனிடம் ஆட்டையும் விரிப்பையும் திரும்பிக் கொடு! அவன் மனத்தைப் புண்படுத்தாதே!’’

பணக்கார இவான் தன் சகோதரனிடம் ஓடினான். கதாயுதம் இரண்டும் அவனைப் பின்தொடர்ந்து வந்து எவ்வளவு பலமாக முடியுமோ அவ்வளவு பலமாக அவனை அடிக்கவும் விளாசவும் செய்தன.

‘‘என்னைக் காப்பாற்று, ஏழை இவான்!’’ கெஞ்சினான் பணக்கார இவான். ‘‘உன்னுடைய மந்திர மேசை விரிப்பையும் ஆட்டையும் திரும்பக் கொடுத்து விடுகிறேன்.’’

‘‘கோணிக்குள்ளாக இருவர்!’’ கத்தினான் ஏழை இவான்.

உடனே கதாயுதம் இரண்டும் கோணிக்குள்ளாக ஊர்ந்து சென்று அமைதியாகப் படுத்துக்கொண்டன. பணக்கார

இவான் செத்தவனைப் போல வீடு வந்து, மந்திர மேசை விரிப்பையும், பாலுக்குப் பதிலாக தங்கம் தரும் ஆட்டையும் திரும்பக் கொண்டுவந்து தந்தான்.

அன்றிலிருந்து ஏழை இவானும் அவனுடைய குழந்தைகளும் நல்ல நலத்தோடும் மகிழ்ச்சியோடும் வாழ்ந்தார்கள், ஆண்டுக்கு ஆண்டு செல்வம் பெருகிக் கொண்டே போனது. அவர்களுடைய வீட்டிற்குள் இன்று நாம் பார்த்தால், ஏழு குழந்தைகளும் ஒருசேர உட்கார்ந்து துழவையையும், முட்டைக்கோசு சூப்பையும் வண்ணக் கரண்டிகளில் எடுத்துச் சாப்பிடுவதைக் காணலாம்.

☞

4. ஃபீனிஸ்ட் ராஜாளியின் இறகு

முன்னொரு காலத்தில் குடியானவன் ஒருவன் வசித்தான். மூன்று புதல்விகளை விட்டுவிட்டு அவனது மனைவி இறந்து போனாள். வீட்டு வேலைகளில் உதவுவதற்கு வேலைக்காரி ஒருத்தியை அமர்த்திக் கொள்வதற்குக் கிழவன் விரும்பினான். ஆனால் அவனது இளைய மகள் மாஷா சொன்னாள்:

''வேலைக்காரியை அமர்த்த வேண்டாம் அப்பா, நானே வீட்டைப் பார்த்துக் கொள்வேன்.''

ஆக, மாஷா வீட்டைக் கவனித்துக் கொள்ளத் தொடங்கினாள், அருமையாகப் பார்த்துக் கொண்டாள். எல்லாவற்றையும் செய்தாள், நன்றாகச் செய்தாள். அவளுடைய தந்தை மாஷாவை மிகவும் நேசித்தான். அத்தகைய புத்திசாலியானவளும் கடின உழைப்பாளியும் அழகுமிக்கவளுமான மகளைப் பெற்றதற்காக மகிழ்ச்சி யடைந்தான். மாஷா மிகவும் அழகாக இருந்தாள்! ஆனால் அவளது இரு சகோதரிகளும் அருவருப்பான படைப்புகள், பகைமையும் பொறாமையும் முழுமையாகக் கொண்டிருந் தனர், எப்போது பார்த்தாலும் அவர்கள் தங்களது முகங்களுக்கு வர்ணந்தீட்டிக் கொண்டும், சாயம் பூசிக் கொண்டும், அழகிய உடைகள் அணிந்து கொண்டும் இருந்தனர். புதிய கவுன்களைப் போட்டுப் பார்ப்பதிலும், தம்மைச் சிறப்பாகக் காட்டிக் கொள்வதிலும் நாள்களைச் செலவிட்டனர். ஆனால் கவுன்களோ, சால்வைகளோ, காலணிகளோ எதுவுமே அவர்களை முழுமையாகத் திருப்திபெறச் செய்யவில்லை.

ஒருநாள் சந்தைக்குப் புறப்பட்ட குடியானவன் தன் புதல்விகளிடம் கேட்டான்:

''உங்களுக்காக நான் என்ன வாங்குவது, என் அருமைப் புதல்விகளே, உங்களை மகிழ்விக்கும் என்ன பொருளை நான் வாங்கி வருவது?''

''எங்கள் ஒவ்வொருத்திக்கும் ஒரு சால்வை வாங்குங்கள்,'' என்று மூத்த புதல்வி இருவரும் கூறினர். ''பொன் வேலைப் பாட்டால் அதில் பெரிய பூக்கள் இருக்குமாறு பார்த்துக் கொள்ளுங்கள்.''

ஆனால் எதுவும் கூறாது மாஷா நின்றாள். குடியானவன் சொன்னான்:

''நீ என்ன விரும்புகிறாய், மாஷா?''

''எனக்கு ஃபீனிஸ்ட் ராஜாளியின் இறகு ஒன்று வாங்குங்கள், அன்புத் தந்தையே.''

புறப்பட்டுப் போன குடியானவன் உரிய காலத்தில் சால்வைகளுடன் திரும்பி வந்தான். ஆனால் இறகு எதையும் அவனால் கண்டுபிடிக்க முடியவில்லை.

சிறிது காலம் சென்று திரும்பவும் சந்தைக்குப் புறப் பட்டான் குடியானவன்.

''நல்லது, அருமைப் புதல்விகளே, உங்களுக்கு நான் என்ன கொண்டு வருவது?'' எனக் கேட்டான்.

இரு மூத்த புதல்வியரும் ஆர்வத்தோடு பதிலளித்தனர்:

''எங்கள் ஒவ்வொருத்திக்கும் வெள்ளி லாடம் பதித்த காலணிகள் வாங்குங்கள்.''

ஆனால் மாஷா திரும்பவும் சொன்னாள்:

''எனக்கு ஃபீனிஸ்ட் ராஜாளியின் இறகு ஒன்று வாங்குங்கள், அன்புத் தந்தையே.''

அன்று நாள் முழுக்க குடியானவன் சந்தையைச் சுற்றிலும் நடந்தான். காலணிகள் வாங்கினான், ஆனால் இறகு எதையும் கண்டுபிடிக்க முடியவில்லை, ஆகவே இது இல்லாமலேயே வீடு திரும்பினான்.

சிறிது காலம் சென்றது, மூன்றாவது முறையாகச் சந்தைக்குப் புறப்பட்டான். அவனது இரு மூத்த புதல்விகளும் கூறினர்:

‘‘எங்கள் ஒவ்வொருத்திக்கும் புதிய கவுன் ஒன்று வாங்குங்கள்.’’

ஆனால் மாஷா திரும்பவும் கூறினாள்:

‘‘எனக்கு ஃபீனிஸ்ட் ராஜாளியின் இறகு ஒன்று வாங்குங்கள், அன்புத் தந்தையே.’’

அன்று நான் முழுக்க குடியானவன் சந்தையைச் சுற்றிலும் நடந்தான், ஆனால் இறகு எதையும் கண்டுபிடிக்க முடியவில்லை. நகரத்தை விட்டுப் புறப்பட்ட போது தனது வழியில் ஒரு கிழவனைச் சந்தித்தான்.

‘‘வணக்கம், தாத்தா!’’ என்றான் குடியானவன்.

‘‘வணக்கம், நல்லவனே. எங்கே புறப்பட்டுப் போகிறாய்?’’

‘‘எனது கிராமத்திற்குத் திரும்பிக் கொண்டிருக்கிறேன், தாத்தா. என்ன செய்வதென்று தெரியாது நிலைகுலைந்து போயிருக்கிறேன்: என் இளைய மகள் ஃபீனிஸ்ட் ராஜாளியின் இறகு ஒன்றைத் தனக்கு வாங்குமாறு என்னிடம் சொன்னாள், ஆனால் என்னால் அதைக் கண்டுபிடிக்க முடியவில்லை.’’

‘‘உனக்குத் தேவையான இறகு என்னிடம் இருக்கிறது. அது ஒரு பொக்கிஷம் போல. நீ நல்ல மனிதனாக இருப்பதால் அதை உனக்குத் தருகிறேன்.’’

கிழவன் இறகை வெளியே எடுத்து அதைக் குடியானவனிடம் கொடுத்தான். மற்ற இறகுகளைப் போலவே அதுவும் காணப்பட்டது. அவன் வீடு நோக்கிச் சவாரி செய்து

கொண்டிருந்த போது, இதனால் மாஷாவுக்கு என்ன பயன் ஏற்படப் போகிறது என்று வியப்புற்றான்.

வீடு திரும்பிய அவன் தனது புதல்விகளிடம் பரிசுகளை ஒப்படைத்தான். இரு மூத்த புதல்விகளும் தங்களது புதிய கவுன்களைப் போட்டுப் பார்த்துக் கொண்டே மாஷாவைப் பார்த்துச் சிரித்தார்கள்:

''நீ அற்பத்தனமானவள், எப்போதுமே அற்பத்தனமாகவே இருக்கிறாய்! இறகை உன் முடி மீது சொருகிக் கொள் & இப்போது மிகவும் அழகாகத் தோற்றமளிப்பாய், இல்லையா?''

மாஷா பதில் பேசவில்லை. ஆனால் அவர்களை விட்டு நாள் முழுக்க விலகி இருந்தாள். வீடு முழுக்க உறக்கத்தில் ஆழ்ந்திருந்த போது, இறகைத் தரையில் எறிந்து விட்டு மெதுவாகச் சொன்னாள்:

''என்னிடம் வா, ஃபீனிஸ்ட் ராஜாளியே, எனது அன்பே!''

உடனே அவளுக்கு முன்பாக முன்னர் ஒருபோதும் பார்த்திராத கவர்ச்சிமிக்க இளைஞன் தோன்றினான். காலை வரவும் ராஜாளியாக மாறினான். மாஷா சன்னலைத் திறக்க, நீல வானத்திற்குள்ளாக ராஜாளி உயரப் பறந்து சென்றது.

மூன்று இரவுகளுக்கு அவனை வரவேற்றாள். பகல் நேரத்தின் போது ராஜாளியின் உருவத்தில் அவன் நீல வானத்தில் பறந்து போனான்; இரவு வரவும் மாஷாவிடம் பறந்து வந்து அழகிய இளைஞனாக மாறினான்.

ஆனால் நான்காம் நாள் மாஷாவினுடைய இரண்டு கெடுதல்காரச் சகோதரிகளும் அவர்களைக் கண்டுபிடித்து அப்பாவிடம் போய்ச் சொன்னார்கள்.

''உங்களுடைய வேலைகளைப் பாருங்கள், உங்கள் சகோதரியை விட்டு விடுங்கள்,'' என்றார் தந்தை.

''நல்லது,'' என்று நினைத்தார்கள், ''அடுத்து என்ன வருகிறது என்பதை நாங்கள் பார்க்கிறோம்.''

சன்னல் சட்டத்திற்குள்ளாகக் கூர்மையான கத்திகளை வரிசையாகச் செருகி விட்டு, பிறகு ஒளிந்து கொண்டு, என்ன நடைபெறப் போகிறது என்பதைப் பார்க்கக் காத்திருந்தார்கள்.

சற்று நேரங் கழித்து ராஜாளி தோன்றியது. சன்னல் வரை பறந்து வந்த அதனால் மாஷாவினுடைய அறைக்குள்ளாக நுழைய முடியவில்லை. சுற்றிலும் படபடவென அடித்துக் கொண்டு, தனது உடம்பு முழுவதும் கத்திகளால் வெட்டப்படும் வரை சன்னல் சட்டத்தில் மோதிக் கொண்டது. ஆனால் தூங்கிய மாஷா எதையுமே பார்க்கவில்லை.

ராஜாளி சொன்னது:

''நான் உனக்குத் தேவைப்பட்டால், நீ என்னைக் கண்டுபிடிப்பாய். ஆனால் அது சுலபமாக இருக்காது. மூன்று ஜோடி இரும்புக் காலணிகளைத் தேய்த்து, மூன்று இரும்பு ஊன்றுகோல்களை உடைத்து, மூன்று இரும்புக் குல்லாய்களைக் கிழித்த பின்தான் உன்னால் என்னைக் கண்டுபிடிக்க முடியும்.''

அவன் கூறியதைக் கேட்ட மாஷா படுக்கையினின்றும் குதித்தெழுந்து சன்னலுக்கு விரைந்தாள். ஆனால் ராஜாளி போய்விட்டது, சன்னலில் எஞ்சியிருந்ததெல்லாம் அதனது குருதிச் சொட்டுகளே. மாஷா கதறி அழுதாள், அவளது கண்ணீர் அந்தக் குருதிச் சொட்டுகளைக் கழுவிக் கொண்டு சென்றது.

தன் தந்தையிடம் சென்று சொன்னாள்:

''என்னைத் திட்ட வேண்டாம், தந்தையே, ஆனால் என்னைப் புறப்பட விடுங்கள். நான் உயிருடன் இருந்தால் நாம் மீண்டும் சந்திப்போம்; நான் இறந்து போனால் விதிப்படி ஆகட்டும்.''

தனது பிரியமான மகளைப் பிரிவதற்குக் குடியானவன் வருத்தப்பட்டான், ஆனால் இறுதியாக அவளைப் போக விட்டான்.

மூன்று ஜோடி இரும்புக் காலணிகளும் மூன்று இரும்பு ஊன்றுகோல்களும் மூன்று இரும்புக் குல்லாய்களும் மாஷா வாங்கிக் கொண்டாள். தனது இதயம் கவர்ந்த ஃபீனிஸ்ட் ராஜாளியைத் தேடிப் புறப்பட்டாள். திறந்த வெளிகள், அடர்ந்த காடுகள், உயர்ந்த மலைகள் ஆகியவற்றைக் கடந்து சென்றாள். இனிய பாடல்களால் பறவைகள் அவளது இதயத்தை மகிழ்வித்தன, சிற்றோடைகள் அவளது வெண்ணிற முகத்தைக் கழுவின, இருண்ட காடுகள் அவளை வரவேற்றன. மாஷாவுக்கு எவரும் தீங்கு செய்ய முடியவில்லை, ஏனெனில் எல்லாக் காட்டு விலங்குகளும் & சாம்பல்நிற ஓநாய்கள், பழுப்புநிறக் கரடிகள், சிவப்புநிற நரிகள் & அவளிடம் கூட்டங் கூட்டமாக வந்தன. தனது ஒரு ஜோடி இரும்புக் காலணிகளும், ஓர் இரும்பு ஊன்றுகோலும், ஓர் இரும்புக் குல்லாயும் தேய்ந்து உடைந்து கிழிந்து போகின்றவரை மேன்மேலும் நடந்துகொண்டே இருந்தாள்.

காட்டில் ஒரு வெட்டவெளிக்கு மாஷா வந்த போது கோழியின் கால்களில் நின்ற ஒரு சிறு குடிசை வட்டமாக சுழன்று கொண்டிருந்ததைக் கண்டாள்.

‘‘சின்னஞ்சிறு குடிலே, சின்னஞ்சிறு குடிலே,’’ என்றாள் மாஷா, ‘‘தயவுசெய்து உன் பின்புறத்தை மரங்களின் பக்கமும் முகப்பை என் பக்கமும் திருப்பு. உள்ளே போய் என்னை ரொட்டி சாப்பிட விடு.’’

அந்தச் சிறிய குடிசை மரங்களுக்கு தன் பின்புறத்தையும் மாஷாவுக்கு முகப்பையும் காட்டித் திரும்ப, மாஷா உள்ளே சென்றாள். அங்கோ கூரையைத் தொடும் மூக்குடனும், தரையைத் தொடும் மோவாயுடனும் இருந்த சூனியக்காரி பாபா&யகாவைப் பார்த்தாள்.

மாஷாவைப் பார்த்ததும் பாபா & யகா முணுமுணுத்தாள்:

‘‘ஆகா, ருஷ்ய மாமிசவாடை அடிக்கிறது! அழகியே, இங்கே எதற்காக வந்திருக்கிறாய்?’’

''நான் ஃபீனிஸ்ட் ராஜாளியைத் தேடி வந்திருக்கிறேன், பாட்டி.''

''என் சகோதரியிடம் நீ போயிருந்தாயா?''

''ஆமாம், பாட்டியே, போயிருந்தேன்.''

''நல்லது, அழகியே, நான் உனக்கு உதவி செய்வேன். இதோ, இந்தத் தங்க ஊசியையும், வெள்ளிச் சட்டத்தையும் எடுத்துக்கொள். ஊசி தானாகவே வெள்ளியாலும் தங்கத்தாலும் சிவப்புப் பட்டியல் பின்னல் வேலை செய்யும். இதை யாராவது விலைக்கு வாங்க விரும்பினால் விற்று விடாதே, ஆனால் ஃபீனிஸ்ட் ராஜாளியை உனக்குக் காட்டச் சொல்.''

பாபா&யகாவுக்கு மாஷா நன்றி தெரிவித்து விட்டுப் புறப்பட்டாள். காட்டில் ஏதோ நொறுங்குகின்ற ஓசையும் முழக்கமும் சீட்டி அடிக்கின்ற ஒலியும் கேட்டன. கழிகளின் உச்சிகளில் மகுடமிட்டிருந்த மண்டையோடுகள் புதுமையான ஒளியுடன் மின்னின. மாஷா நடுக்குற்றுப் போனாள். திடீரென்று அவளை நோக்கி ஒரு நாய் ஓடிவந்து கொண்டிருந்தது.

''லொள், லொள், மாஷா, பயப்பட வேண்டாம், என் அன்பே. பிறகு இன்னும் மோசமாக இருக்கும், ஆனால் நீ போய்க்கொண்டே இருக்க வேண்டும், திரும்பிப் பார்க்கவே கூடாது.''

இவ்வாறு சொல்லிவிட்டு அது போய்விட்டது. மாஷா மேலும் நடந்தாள். காடு மேலும் இருட்டிக் கொண்டு வந்தது, அதனது மரங்களும் புதர்களும் அவளது முழங்கால்களைக் கீறிவிட்டன, சட்டைக் கைகளைப் பிடித்தன. ஆனால் அவளோ திரும்பியே பார்க்காது மேன்மேலும் நடந்து கொண்டே இருந்தாள்.

அவள் எவ்வளவு தூரம் நடந்து வந்தாளோ தெரியாது, ஆனால் கடைசியாக மூன்றாவது ஜோடி இரும்புக்

காலணிகள் தேய்ந்து போயின, மூன்றாவது இரும்பு ஊன்றுகோல் உடைந்து போயிற்று, மூன்றாவது இரும்புக் குல்லாய் கிழிந்து போனது. காட்டிலிருந்த வெட்டவெளியை அடைந்த மாஷா கோழிக் கால்களில் நின்று சுற்றிக் கொண்டிருந்த குடிசையையும், மரக்கழி வேலியின் மீது ஒளிர்கின்ற குதிரை மண்டையோடுகளையும் கண்டாள்.

மாஷா சொன்னாள்:

''சின்னஞ்சிறு குடிலே, சின்னஞ்சிறு குடிலே, உன் பின்புறத்தை மரங்களின் பக்கமும் முகப்பை என் பக்கமும் தயவுசெய்து திருப்பு.''

அந்தச் சிறிய குடிசை மரங்களுக்குத் தன் பின்புறத்தையும் மாஷாவுக்கு முகப்பையும் காட்டித் திரும்ப, மாஷா உள்ளே சென்றாள். அங்கோ கூரையைத் தொடும் மூக்குடனும், தரையைத் தொடும் மோவாயுடனும் இருந்த சூனியக்காரி பாபா&யகா உட்கார்ந்திருந்தாள்.

மாஷாவைப் பார்த்ததும் பாபா & யகா முணுமுணுத்தாள்:

''ஆகா, ருஷ்ய மாமிசவாடை அடிக்கிறது! அழகியே, இங்கே எதற்காக வந்திருக்கிறாய்?''

''நான் ஃபீனிஸ்ட் ராஜாளியைத் தேடி வந்திருக்கிறேன், பாட்டி!''

''அவனைக் கண்டுபிடிப்பது சுலபமல்ல, அழகியே, ஆனால் நான் உனக்கு உதவி செய்வேன். இதோ, இந்த வெள்ளி நூற்புச் சட்டத்தையும் இந்த தங்க நூற்புக்கதிரையும் எடுத்துக்கொள். இந்த நூற்புக்கதிரை உன் கைகளில் பிடித்துக்கொள், அது தானே நூற்று தங்க நூலிழைகளாகத் தரும்.''

''நன்றி, பாட்டி.''

''உன் நன்றியை பிறகு பார்த்துக் கொள்ளலாம். இப்போது நான் சொல்வதைக் கேள். இதை யாராவது

விலைக்கு வாங்க விரும்பினால் விற்று விடாதே, ஆனால் ஃபீனிஸ்ட் ராஜாளியை உனக்குக் காட்டச் சொல்.''

பாபா&யகாவுக்கு மாஷா நன்றி தெரிவித்து விட்டுப் புறப்பட்டாள். காட்டில் கர்ஜனை ஓசையும், உருளுகிற சப்தமும், சீட்டி அடிக்கின்ற ஒலியும் கேட்டன. ஆந்தைகள் சுற்றிச் சுற்றிப் பறந்தன, சுண்டெலிகள் தங்களது பொந்துகளினின்றும் வெளியேறி நேராக மாஷாவிடம் விரைந்தன. திடீரென்று சாம்பல்நிற ஓநாய் ஒன்று அவளை நோக்கி ஓடிவந்து கொண்டிருந்தது.

ஓநாய் சொன்னது:

''பயப்பட வேண்டாம், மாஷா. என் முதுகின் மீது ஏறிக்கொள், பின்னால் திரும்பியே பார்க்காதே.''

ஓநாயினுடைய முதுகில் மாஷா ஏறிக்கொள்ள, மின்னல் வேகத்தில் புறப்பட்டது அது. அகன்ற ஸ்டெப்பிகளையும் மிருதுவான மேய்ச்சல் நிலங்களையும் ஜெல்லிக் கரைகளுடன் கூடிய தேனாறுகளையும் ஒநாய் கடந்தது, வெண் மேகங்களைத் தொட்ட உயரமான மலைகளில் ஏறியது. மாஷாவைத் தனது முதுகில் சுமந்தபடி பாய்ச்சலில் சென்ற ஓநாய் செதுக்கு வேலைப்பாடு செய்யப்பட்ட முன்தாழ்வாரமும் சன்னல்களும் கொண்ட பளிங்கு மாளிகை ஒன்றை அடைந்தது. அரசி சன்னலருகே அமர்ந்து வெளியே பார்த்துக் கொண்டிருந்தாள்.

''இதோ வந்துவிட்டோம், மாஷா,'' என்றது ஓநாய். ''என் முதுகை விட்டுக் கீழே இறங்கி, இந்த மாளிகையில் ஒரு வேலைக்காரியாக எடுத்துக் கொள்ளுமாறு கேள்.''

மாஷா தரையில் குதித்து, தனது மூட்டையை எடுத்துக்கொண்டு, ஓநாய்க்கு நன்றி தெரிவித்துவிட்டு மாளிகைக்குச் சென்றாள். அரசிக்குத் தலைவணங்கிவிட்டுச் சொன்னாள்:

‘‘என்னை மன்னிக்க வேண்டும், உங்களுடைய பெயர் எனக்குத் தெரியாது, உங்களுக்கு வேலைக்காரி தேவையா?’’

‘‘ஆமாம், எனக்குத் தேவை,’’ என்று அரசி பதிலளித்தாள். ‘‘நிண்ட காலமாகவே நான் ஒருத்தியைத் தேடிக் கொண்டிருக்கிறேன். ஆனால் அவளுக்கு நூற்கவும் நெய்யவும் பின்னவும் தெரிந்திருக்க வேண்டும்.’’

‘‘எல்லாவற்றையும் என்னால் செய்ய முடியும்,’’ என்றாள் மாஷா.

‘‘அவ்வாறானால் உள்ளே வந்து வேலையைத் தொடங்கு.’’

ஆகவே மாஷா வேலைக்காரி ஆனாள். பகல் முழுக்க வேலை செய்தாள். இரவு வந்ததும் தனது தங்க முட்டையையும் வெள்ளித் தட்டையும் வெளியே எடுத்துச் சொன்னாள்:

‘‘வெள்ளித் தட்டில் உருள்வாய், உருவாள்வாய், தங்க முட்டையே, என் காதலன் ஃபீனிஸ்டை எனக்குக் காட்டு!’’

வெள்ளித் தட்டுக்கு மேலாக தங்க முட்டை உருண்டது, உடனே அங்கே ஃபீனிஸ்ட் ராஜாளி தோன்றினான். மாஷா அவனை உற்றுப் பார்க்க, அவள் கண்களினின்றும் கண்ணீர் வெள்ளமாய் வடிந்தது.

‘‘ஃபீனிஸ்டே, எனது ஃபீனிஸ்டே, நீ இன்றி நான் கண்ணீர் சிந்துமாறு விட்டுவிட்டு ஏன் போனாய்?’’

அரசி இதை ஒட்டுக்கேட்டுவிட்டுச் சொன்னாள்:

‘‘உன்னுடைய வெள்ளித் தட்டையும் தங்க முட்டையையும் எனக்கு விற்றுவிடு, மாஷா.’’

‘‘முடியாது,’’ என்று பதிலளித்தாள் மாஷா, ‘‘இவை விற்பனைக்குரியன அல்ல, ஆனால் ஃபீனிஸ்ட் ராஜாளியை என்னைப் பார்ப்பதற்கு விட்டால், இவற்றை நீங்கள் இலவசமாக வைத்துக் கொள்ள முடியும்.’’

அரசி சற்று நேரம் சிந்தித்துவிட்டு, பிறகு சொன்னாள்:

“நல்லது, அது அவ்வாறே இருக்கட்டும். இன்று இரவு, அவன் தூங்கிப் போகும் போது, அவனைப் பார்க்க உன்னை விடுவேன்.”

இரவு வரவும், மாஷா அவனது அறைக்குள்ளாகச் சென்று ஃபீனிஸ்ட் ராஜாளியைப் பார்த்தாள். அவளது காதலன் அயர்ந்து தூங்கினான், உசுப்ப முடியவில்லை. அவனைப் பார்த்துக் கொண்டே இருந்தாள், ஆனாலும் திருப்தி யடையவில்லை, அவனது இனிக்கும் உதடுகளில் முத்தமிட்டாள், அவனைக் கட்டித் தழுவினாள். ஆனால் அவன் விழிக்காது தூங்கிக் கொண்டே இருந்தான். பொழுதும் விடிந்துவிட்டது, ஆனால் இன்னமும் தனது காதலனை மாஷாவால் எழுப்ப முடியவில்லை.

பகல் முழுக்க அவள் வேலை செய்தாள், மாலையில் தனது வெள்ளிச் சட்டத்தையும் தங்க ஊசியையும் வெளியில் எடுத்தாள். அமர்ந்து தைக்கத் தொடங்கிய அவள் திரும்பவும் சொன்னாள்:

“சிறிய துவாலையே, பின்னல் வேலை செய்து கொள்வாய், பின்னல் வேலை செய்து கொள்வாய், காலையில் தனது முகத்தைத் துடைத்துக் கொள்வதற்கு எனது ஃபீனிஸ்ட் ராஜாளி ஏதாவது வைத்துக் கொள்ளட்டும்.”

அரசி இதை ஒட்டுக்கேட்டுவிட்டுச் சொன்னாள்:

“உன்னுடைய வெள்ளிச் சட்டத்தையும் தங்க ஊசியையும் என்னிடம் விற்று விடு, மாஷா.”

“இல்லை, என்னால் விற்க முடியாது,” என்று மாஷா பதிலளித்தாள். “ஆனால் ஃபீனிஸ்ட் ராஜாளியை என்னைப் பார்க்க விட்டால் அவற்றை இலவசமாக வைத்துக் கொள்ள முடியும்.”

அரசி சற்று நேரம் சிந்தித்துவிட்டு, பிறகு சொன்னாள்:

“நல்லது, அது அவ்வாறே இருக்கட்டும். இன்று இரவு அவனைப் பார்க்க உன்னை விடுவேன்.”

இரவு வரவும், மாஷா அவனது அறைக்குள்ளாகச் சென்று அவன் அயர்ந்து தூங்கிக் கொண்டிருப்பதைக் கண்டாள்.

''ஓ, எனது ஃபீனிஸ்டே, எனது அழகு ராஜாளியே, எழுந்திரு, துயிலெழு!''

ஆனால் ஃபீனிஸ்ட் அயர்ந்து தூங்கவே, மாஷாவால் அவனை எழுப்ப முடியவில்லை.

காலை விடிந்ததும் மாஷா வேலையில் ஈடுபட்டாள். பிறகு தனது வெள்ளி நூற்புச்சட்டத்தையும் தங்க நூற்புக்கதிரையும் வெளியே எடுத்தாள். இதைப் பார்த்த அரசி அவற்றை விலைக்குத் தருமாறு அவளிடம் கெஞ்சினாள். ஆனால் மாஷா பதில் அளித்தாள்:

''இல்லை, இவை விற்பனைக்குரியன அல்ல, ஆனால் ஃபீனிஸ்ட் ராஜாளியை என்னைப் பார்ப்பதற்கு விட்டால், இவற்றை இலவசமாக வைத்துக் கொள்ள முடியும்.''

''நல்லது,' என்ற அரசி தனக்குத்தானே சிந்தித்தாள்: ''அவளால் அவனை எழுப்பவே முடியாது.''

இரவு வரவும், மாஷா அவனது அறைக்குள்ளாகச் சென்றாள், ஆனால் ஃபீனிஸ்ட் ராஜாளியோ எப்போதும் போலவே அயர்ந்து தூங்கிக் கொண்டிருந்தான்.

''ஓ, எனது ஃபீனிஸ்டே, துணிச்சலும் அழகும் மிக்க எனது ராஜாளியே, எழுந்திரு, துயிலெழு!'' என்றாள்.

ஆனால் ஃபீனிஸ்ட் அயர்ந்து தூங்கினான், எழுந்திருக்கவே இல்லை.

எழுப்புவதற்கு மாஷா மேன்மேலும் முயன்றாள், ஆனால் அவளால் முடியவில்லை. சீக்கிரமே பொழுது புலரவிருந்தது, எனவே கண்ணீர் விட்டுக் கதறிச் சொன்னாள்:

''ஃபீனிஸ்டே, அருமை ஃபீனிஸ்டே, எனது காதலனே, எழுந்து உன் கண்களைத் திறந்து உனது மாஷாவைப் பார், அவளை உன் நெஞ்சோடு ஆரத்தழுவு!''

மாஷாவினுடைய வெப்பமான கண்ணீர் ஃபீனிஸ்டினுடைய சட்டையணியாத தோளில் விழுந்து

எரிச்சலூட்டியது. ஃபீனிஸ்ட் ராஜாளி திடுக்குற்றுக் கண்களைத் திறந்த போது மாஷாவைப் பார்த்தான். அவளைத் தழுவி முத்தமிட்டான்.

''நீ எனது மாஷாவாகத்தான் இருக்க முடியும்! ஆக, மூன்று ஜோடி இரும்புக் காலணிகளைத் தேய்த்தும் மூன்று இரும்பு ஊன்றுகோல்களை உடைத்தும் மூன்று இரும்புக் குல்லாய்களைக் கிழித்தும் விட்டாயா? இனிக் கதற வேண்டாம். இப்போது நாம் வீட்டிற்குப் போகலாம்.''

வீடு நோக்கிய பயணத்திற்காக அவர்கள் தயாரானார்கள். ஆனால் அரசி அவர்களைப் பார்த்துவிட்டு, தன் கணவனுடைய நம்பிக்கையின்மையை நாடு முழுக்க முரசறைந்து பரப்பச் சொன்னாள்.

ஆகவே அவளது நாட்டின் பிரபுகளும் வியாபாரிகளும் கூட்டம் நடத்தி, ஃபீனிஸ்ட் ராஜாளியை எப்படித் தண்டிப்பது என்பதை முடிவு செய்வதற்காக ஒன்று சேர்ந்து வந்தார்கள்.

ஃபீனிஸ்ட் ராஜாளி எழுந்திருந்து சொன்னான்:

''யாரை நீங்கள் உண்மையான மனைவி என்று கருதுகிறீர்கள், நெஞ்சார என்னை நேசிப்பவளையா, என்னை விற்றுவிட்டு ஏமாற்றுபவளையா?''

அவனுடைய உண்மையான மனைவி மாஷாதான் என்று எல்லாரும் ஒப்புக்கொள்ள வேண்டி இருந்தது.

அதன் பிறகு அவர்களுடைய நாட்டிற்குத் திரும்பினார்கள். அங்கே விருந்து வைத்தார்கள். இன்று வரை நினைவு வைத்துக் கொள்ளுமாறு விருந்து அந்தளவு சிறப்பாக இருந்தது. அவர்களுடைய மணவிழாவில் எல்லா பீரங்கிகளும் முழங்கின, எல்லா டிரம்பட்டுகளும் இசைத்தன.

☞

5. அக்காள் அல்யோனாவும் தம்பி இவானும்

முன்னொரு காலத்தில் ஒரு கிழவனும் அவனது மனைவியும் வாழ்ந்தார்கள். அவர்களுக்கு அல்யோனா என்ற மகளும் இவான் என்ற மகனும் இருந்தனர்.

அந்தக் கிழவனும் கிழவியும் இறந்த போது அல்யோனாவும் இவானும் அநாதைகளானார்கள்.

வேலை செய்யப் புறப்பட்ட அல்யோனா தன் தம்பியையும் கூட அழைத்துச் சென்றாள். அவர்கள் நீண்ட தொலைவு செல்ல வேண்டியும் பரந்த நிலத்தைக் கடக்க வேண்டியும் இருந்தது. சிறிது நேரம் அவர்கள் நடந்து சென்ற பிறகு இவானுக்குப் பெரிதும் தாகமெடுத்தது.

''அல்யோனா அக்கா, எனக்குத் தாகமாக இருக்கிறது,'' என்றான்.

''பொறுமையாக இரு, தம்பி, நாம் சீக்கிரமே ஒரு கிணற்றைச் சென்றடைவோம்.''

அவர்கள் மேன்மேலும் நடந்தார்கள். சூரியன் நடு வானத்திலிருந்தது, கிணற்றை அடைய நெடுந்தூரம் செல்ல வேண்டும், வெட்கையோ வாட்டியது, வியர்வையோ ஊற்றெடுத்துப் பெருகியது. நீர் நிறைந்த பசுவினுடைய குளம்புத் தடத்திற்கு வந்த போது இவான் சொன்னான்:

''குளம்பிலுள்ள நீரை நான் பருகலாமா, அல்யோனா அக்கா?''

''வேண்டாம், தம்பி. நீ பருகினால் கன்றுக்குட்டியாக மாறிவிடுவாய்.''

இவான் கீழ்ப்படிந்தான், அவர்கள் மேலும் சிறிது தூரம் நடந்தார்கள்.

சூரியன் நடு வானத்திலிருந்தது, கிணற்றை அடைய நெடுந்தூரம் செல்ல வேண்டும், வெட்கையோ வாட்டியது, வியர்வையோ ஊற்றெடுத்துப் பெருகியது. நீர் நிறைந்த குதிரையினுடைய குளம்புத் தடத்திற்கு அவர்கள் வந்தபோது இவான் சொன்னான்:

''குளம்பிலுள்ள நீரை நான் பருகலாமா, அல்யோனா அக்கா?''

''வேண்டாம், தம்பி. நீ பருகினால் குதிரைக்குட்டியாக மாறி விடுவாய்.''

இவான் பெருமூச்சு விட்டான், அவர்கள் திரும்பவும் நடந்தார்கள்.

மேன்மேலும் நடந்தார்கள். சூரியன் நடு வானத்திலிருந்தது, கிணற்றை அடைய நெடுந்தூரம் செல்ல வேண்டும், வெட்கையோ வாட்டியது, வியர்வையோ ஊற்றெடுத்துப் பெருகியது. நீர் நிறைந்த வெள்ளாட்டினுடைய குளம்புத் தடத்திற்கு அவர்கள் வந்த போது இவான் சொன்னான்:

''தாகம் உயிர் போகிறது. குளம்பிலுள்ள நீரை நான் பருகலாமா, அல்யோனா அக்கா?''

''வேண்டாம், தம்பி, நீ பருகினால் ஆட்டுக்குட்டியாக மாறிவிடுவாய்.''

ஆனால் இவான் தன் அக்காள் சொன்னதைப் பெருட்படுத்தாது வெள்ளாட்டுக் குளம்பில் இருந்த நீரைப் பருகினான்.

நீரைப் பருகிய அக்கணமே சிறிய வெண்ணிற வெள்ளாட்டுக்குட்டியாக மாறினான்.

அல்யோனா தன் தம்பியை அழைத்தாள், ஆனால் இவானுக்குப் பதிலாக ஒரு வெள்ளாட்டுக்குட்டி அவளுக்குப் பின்னே ஓடிவந்து கொண்டிருந்தது.

அல்யோனா கண்ணீர் சிந்தினாள். வைக்கோற் போர் அருகே தரையில் அமர்ந்து தேம்பிக் கொண்டிருந்தாள், ஆட்டுக்குட்டி சுற்றிலும் துள்ளிக் குதித்து விளையாடியது.

அத்தருணத்தில் வியாபாரி ஒருவன் தற்செயலாக அவ்வழியில் செல்ல நேரிட்டது.

''எதுக்காக அழுது கொண்டிருக்கிறாய், அழகியே?'' என்றான்.

அல்யோனா தனது சிக்கலை அவனிடம் கூறினாள்.

வியாபாரி சொன்னான்:

''என்னை மணந்து கொள், அழகியே. தங்கத்தாலும் வெள்ளியாலும் உனக்குப் பூட்டி மகிழ்வேன். ஆட்டுக் குட்டியும் நம்மோடு வசிக்கும்.''

அல்யோனா அது பற்றிச் சிந்தித்து வியாபாரியை மணக்க ஒப்புக் கொண்டாள்.

அவர்கள் மகிழ்ச்சியாக ஒன்று சேர்ந்து வாழ்ந்தார்கள், ஆட்டுக்குட்டியும் அவர்களோடு வசித்தது. ஒரே தட்டில் அல்யோனாவுடன் உண்ணவும் குடிக்கவும் செய்தது.

ஒருநாள் வியாபாரி வீட்டை விட்டு வெளியே போயிருந்த சமயம் திடீரென்று எங்கிருந்தோ ஒரு சூனியக்காரி வந்து சேர்ந்தாள். அல்யோனாவினுடைய சன்னலுக்குக் கீழாக நின்று கொண்டு, தன்னுடன் ஆற்றுக்குக் குளிக்க வர வேண்டும் என்று மிக இனிமையாக அழைத்தாள்.

அல்யோனா சூனியக்காரியைப் பின்தொடர்ந்து ஆற்றுக்குச் சென்றாள். அவர்கள் அங்கே போனதும்

சூனியக்காரி அல்யோனா மீது பாய்ந்து, அவளது கழுத்தில் ஒரு பாராங்கல்லைக் கட்டி ஆற்றுக்குள்ளாக வீசியெறி விட்டு, அவளுடைய வடிவத்திற்குத் தன்னை உருமாற்றிக் கொண்டாள்.

பிறகு அல்யோனாவினுடைய ஆடைகளை அணிந்து கொண்டு அவளுடைய வீட்டிற்குச் சென்றாள். அவள் அல்யோனா அல்லள், ஒரு சூனியக்காரி அவள் என்று யாரும் சந்தேகிக்கவில்லை. வீடு திரும்பிய வியாபாரியாலும் ஊகிக்க முடியவில்லை.

என்ன நடந்தது என்பது ஆட்டுக்குட்டிக்கு மட்டுமே தெரியும். தலையைத் தொங்கப்போட்டவாறு சுற்றிலும் அலைந்தது, உணவையோ, நீரையோ தொடவில்லை. காலையிலும் மாலையிலும் ஆற்றங்கரையை விட்டு அகலாது, விளிம்பில் நின்று கொண்டு அழைத்தது:

''அக்கா,
அருமை அக்கா அல்யோனா!
நீந்திவா, என்னிடம் நீந்திவா...''

இதை அறிந்த சூனியக்காரி, ஆட்டுக் குட்டியைக் கொல்லுமாறு தன் கணவனிடம் கேட்டாள்.

ஆட்டுக் குட்டிக்காக வியாபாரி வருத்தப்பட்டான் ஏனெனில் அதன் மீது மிகுந்த அன்பு செலுத்தினான். ஆனால் சூனியக்காரியோ தொடர்ந்து இச்சகம் பேசிப் பணியவைக்க வும், இனிய சொற்களால் ஏமாற்றவும் செய்யவே, எதுவும் செய்ய முடியாமல் கடைசியில் அதற்கு ஒப்புக்கொண்டான்.

''சரி, அதைக் கொன்று விடு,'' என்றான்.

சூனியக்காரி பெரிதாக நெருப்பு மூட்டவும் பெரும் பானைகளைக் கொதிக்க வைக்கவும் பெரிய கத்திகளைத் தீட்டவும் சொன்னாள்.

தன்னைக் கொல்லப் போவதை அறிந்த ஆட்டுக்குட்டி வியாபாரியிடம் சொன்னது:

“நான் சாவதற்கு முன்னால் ஆற்றுக்குப் போய் என்னைக் கொஞ்சம் தண்ணீர் பருக விடுங்கள்.”

“போ,” என்றான் வியாபாரி.

ஆட்டுக்குட்டி ஆற்றுக்கு ஓடி கரையில் நின்று பரிதாப மாகக் கத்தியது:

“அக்கா, அருமை அக்கா அல்யோனா!
நீந்திவா, என்னிடம் நீந்திவா,
நெருப்புக் கொழுந்து விட்டெரிகிறது,
பானைகள் கொதிக்கின்றன,
கத்திகள் தீட்டப்படுகின்றன,
நானோ சாகப் போகிறேன்!”
ஆற்றிலிருந்து அல்யோனா பதிலளித்தாள்:
“தம்பி, அருமைத் தம்பி இவான்!
பாராங்கல் என்னைக் கீழே இழுக்குது,
பட்டுப்போன்ற களைச்செடிகள் காலைப் பின்னுது,
மஞ்சள்நிற மணலோ என் மார்பை அழுத்துது...”

ஆட்டுக்குட்டியைத் தேடி சூனியக்காரி புறப்பட்டாள், ஆனால் அவள் அதைக் கண்டுபிடிக்க முடியவில்லை, எனவே வேலைக்காரனை அழைத்துச் சொன்னாள்:

“போய் ஆட்டைக் கண்டுபிடித்து என்னிடம் கொண்டுவா.”

வேலைக்காரன் ஆற்றுக்குச் சென்றான், ஆட்டுக்குட்டி கரையில் அங்கு மிங்கும் ஓடிக்கொண்டு பரிதாபமாக அழைத்ததைக் கண்டான்.

“அக்கா, அருமை அக்கா அல்யோனா!
நீந்திவா, என்னிடம் நீந்திவா,
நெருப்புக் கொழுந்து விட்டெரிகிறது,
பானைகள் கொதிக்கின்றன,
கத்திகள் தீட்டப்படுகின்றன,
நானோ சாகப் போகிறேன்!”

ஆற்றிலிருந்து யாருடைய குரலோ பதிலளித்தது:
“தம்பி, அருமைத் தம்பி இவான்!
பாராங்கல் என்னைக் கீழே இழுக்குது,
பட்டுப்போன்ற களைச்செடிகள் காலைப் பின்னுது,
மஞ்சள்நிற மணலோ என் மார்பை அழுத்துது...”

வீட்டுக்கு ஓடிச் சென்ற வேலைக்காரன் தான் கேட்டதையும் பார்த்ததையும் தனது எசமானனிடம் சொன்னான். வியாபாரி சில ஆட்களை ஒன்று சேர்த்துக் கொண்டு ஆற்றுக்குச் சென்றான், அவர்கள் பட்டு வலையை நீக்கி அல்யோனாவைக் கரைக்கு இழுத்து வந்தார்கள். அவளது கழுத்தில் கட்டப்பட்டிருந்த பாராங்கல்லைக் கழற்றி, ஊற்று நீரில் அவளை முக்கி எடுத்து அழகிய ஆடைகளை அணிவித்தார்கள். அல்யோனா திரும்ப உயிர் பெற்று முன்னிலும் அழகாக இருந்தாள்.

ஆட்டுக்குட்டி பெருமகிழ்ச்சியடைந்து மூன்று முறை குட்டிக்கரணம் போட்டது, அவ்வளவுதான்! & மீண்டும் இவான் முன் நின்றான்.

குதிரையினுடைய வாலிலே சூனியக்காரியைக் கட்டி, பரந்த வெளியில் குதிரையை தலைதெறிக்க ஓடவிட்டார்கள்.

☞

6. மந்திரக் குதிரை

முன்னொரு காலத்தில் கிழவன் ஒருவன் இருந்தான். அவனுக்கு மூன்று புதல்வர்கள் இருந்தனர். மூத்த இருவரும் சுறுசுறுப்பான சிக்கனமான குடியானவர்களாகவும் இருந்தனர். ஆனால் இளையவனாகிய முட்டாள் இவான் இந்தப் பண்பு எதையும் பெற்றிருக்கவில்லை. தனது நேரத்தைப் பெரும்பாலும் சூட்டடுப்புப் பரண்மேல் உட்காருவதிலேயே செலவிட்டான். காளான் சேகரிப்பதற்காக மட்டுமே வெளியே காட்டிற்குச் சென்றான்.

சாவதற்கு நேரம் வந்தபோது கிழவன் தனது மூன்று புதல்வர்களையும் அழைத்துச் சொன்னான்:

''நான் இறந்ததும், மூன்று இரவுகளுக்கு என்னுடைய புதைகுழிக்குத் தின்பதற்குக் கொஞ்சம் ரொட்டி எடுத்துக்கொண்டு நீங்கள் அவசியம் வரவேண்டும்.''

கிழவன் இறந்து புதைக்கப்பட்டான். அந்த இரவு புதைகுழிக்குச் செல்ல வேண்டியவன் மூத்த சகோதரன். அவனோ போவதற்கு விரும்பாதிருக்க வேண்டும் அல்லது பயந்திருக்க வேண்டும், எனவே முட்டாள் இவானிடம் சொன்னான்:

''எனக்குப் பதிலாக நீ இன்று இரவு அப்பாவினுடைய புதைகுழிக்குச் சென்றால் உனக்கு நான் தேன் பணியாரம் வாங்கித் தருவேன்.''

இவான் உடனே ஒப்புக்கொண்டான். கொஞ்சம் ரொட்டி எடுத்துக் கொண்டு தன் அப்பாவினுடைய புதைகுழிக்குச்

சென்றான். புதைகுழி அருகே உட்கார்ந்து என்ன நடைபெறும் என்பதைப் பார்ப்பதற்காகக் காத்திருந்தான். நள்ளிரவு பன்னிரண்டு மணி அடிக்கவும் பூமி இரண்டாகப் பிளக்க, தனது புதைகுழியை விட்டு மேலே எழும்பிய வயதான தகப்பன் சொன்னான்:

''யார் அங்கே? ஓ, என் மூத்த மகனா? ருஸ் நாட்டில் விஷயங்கள் எப்படி உள்ளன என்று எனக்குச் சொல்லு: நாய்கள் குரைக்கின்றனவா, ஓநாய்கள் ஊளையிடுகின்றனவா, எனது குழந்தை அழுகிறதா?''

இவான் பதிலளித்தான்:

''நான் தான், உங்கள் மகன், அப்பா. ருஸ் நாட்டில் எல்லாம் அமைதியாக இருக்கின்றன.''

பிறகு இவான் கொண்டு சென்றிருந்த ரொட்டியை வயிறு நிறைய தின்ற தந்தை, திரும்பவும் தனது புதைகுழிக்குள் படுத்துக்கொண்டான். இவான் வழியில் காளான்கள் சேகரித்துக் கொண்டு வீடு திரும்பினான். வீட்டை அடைந்தபோது மூத்த அண்ணன் கேட்டான்:

''நம் அப்பாவைப் பார்த்தாயா?''

''ஆமாம், பார்த்தேன்,'' இவான் பதிலளித்தான்.

''நீ கொண்டு போன ரொட்டியை அவர் தின்றாரா?''

''ஆமாம், வயிறு நிறையத் தின்றார்.''

ஒரு நாள் கழிந்தது. புதைகுழிக்குப் போவது அன்று இரண்டாவது சகோதரனுடைய முறை. ஆனால் அவன் போவதற்கு விரும்பாதிருக்க வேண்டும் அல்லது பயந்திருக்க வேண்டும், எனவே இவானிடம் சொன்னான்:

''இவான், எனக்குப் பதிலாக நீ சென்றால், உனக்கு மரப்பட்டை செருப்பு செய்து தருவேன்.''

''நல்லது,'' என்றான் இவான். ''நான் போகிறேன்.''

கொஞ்சம் ரொட்டி எடுத்துக்கொண்டு தன் தந்தையினுடைய புதைகுழிக்குச் சென்று அங்கே உட்கார்ந்து காத்திருந்தான். நள்ளிரவு பன்னிரண்டு மணி அடிக்கவும் பூமி இரண்டாகப் பிளக்க, தனது புதைகுழியை விட்டு மேலே எழும்பிய வயதான தகப்பன் சொன்னான்:

‘‘யார் அங்கே? ஓ, என் இரண்டாவது மகனா? ருஸ் நாட்டில் விஷயங்கள் எப்படி உள்ளன என்று எனக்குச் சொல்லு: நாய்கள் குரைக்கின்றனவா, ஓநாய்கள் ஊளையிடுகின்றனவா, எனது குழந்தை அழுகிறதா?’’

இவான் பதிலளித்தான்:

‘‘நான் தான், உங்கள் மகன், அப்பா. ருஸ் நாட்டில் எல்லாம் அமைதியாக இருக்கின்றன.’’

பிறகு இவான் கொண்டு சென்றிருந்த ரொட்டியை வயிறு நிறையத் தின்ற தந்தை, திரும்பவும் தனது புதைகுழிக்குள் படுத்துக்கொண்டான். வழியில் காளான்கள் சேகரித்துக் கொண்டு வீடு திரும்பினான் இவான். வீட்டை அடைந்த போது அவனது இரண்டாவது சகோதரன் கேட்டான்:

‘‘நம் அப்பாவைப் பார்த்தாயா?’’

‘‘ஆமாம், பார்த்தேன்,’’ இவான் பதிலளித்தான்.

‘‘நீ கொண்டு போன ரொட்டியை அவர் தின்றாரா?’’

‘‘ஆமாம், வயிறு நிறையத் தின்றார்.’’

மூன்றாவது இரவு புதைகுழிக்குச் செல்ல வேண்டியவன் இவான். எனவே தன் அண்ணன்களிடம் சொன்னான்:

‘‘இரண்டு இரவுகள் நம் தந்தையினுடைய புதைகுழிக்கு நான் சென்றேன். இப்போது போகவேண்டியது உங்களுடைய முறை. நான் வீட்டில் தங்கி ஓய்வெடுப்பேன்.’’

"இல்லை, இல்லை," என்று அண்ணன்கள் பதிலளித்தனர். "நீதான் திரும்பவும் போக வேண்டும், இவான், ஏனெனில் நீ அங்கு போய்ப் பழகிப் போயிருக்கிறாய்."

"நல்லது," இவான் ஒப்புக்கொண்டான், "நான் போகிறேன்."

கொஞ்சம் ரொட்டி எடுத்துக்கொண்டு புதைகுழிக்குச் சென்றான். நள்ளிரவு பன்னிரண்டு மணி அடிக்கவும் பூமி இரண்டாகப் பிளக்க, வயதான தந்தை புதைகுழியை விட்டு வெளியே எழுந்தான்.

"யார் அங்கே?" எனக் கேட்டான். "ஓ, எனது மூன்றாவது மகன் இவானா? ருஸ் நாட்டில் விஷயங்கள் எப்படி உள்ளன என்று எனக்குச் சொல்லு: நாய்கள் குரைக்கின்றனவா, ஓநாய்கள் ஊளையிடுகின்றனவா, எனது குழந்தை அழுகிறதா?"

இவான் பதிலளித்தான்:

"நான் தான், உங்கள் மகன் இவான், அப்பா. ருஸ் நாட்டில் எல்லாம் அமைதியாக இருக்கின்றன."

பிறகு இவான் கொண்டு சென்றிருந்த ரொட்டியை வயிறு நிறையத் தின்றுவிட்டு தந்தை சொன்னான்:

"என் கட்டளைக்குக் கீழ்ப்படிந்தவன் நீ மட்டுந்தான், இவான். மூன்று இரவுகளாக என் புதைகுழிக்கு வர நீ பயப்படவில்லை. இப்போது நீ திறந்த வெளிக்குள்ளாகச் சென்று, 'மந்திரக் குதிரையே, வாராய், வந்து என்னைப் பாராய், கடமைதனைச் செய்வாய்!' என்று சத்தம் போட வேண்டும். குதிரை உனக்கு முன்னால் தோன்றுகின்ற போது, அதனது வலப்பக்கக் காதிற்குள்ளாக ஏறி இடப்பக்கக் காதின் வழியாக வெளியே வா. நீ அழகிய இளைஞனாக மாறியிருப்பாய்."

தன் தந்தை தந்த கடிவாளத்தைப் பெற்றுக் கொண்டு நன்றி கூறிய இவான் வீடு திரும்பினான், வழியில் காளான்கள்

சேகரித்தான். வீட்டை அடைந்தபோது அவனது அண்ணன்கள் அவனிடம் கேட்டனர்:

''நம் அப்பாவைப் பார்த்தாயா, இவான்?''

''ஆமாம், பார்த்தேன்,'' இவான் பதிலளித்தான்.

''நீ கொண்டு போன ரொட்டியை அவர் தின்றாரா?''

''ஆமாம், வயிறு நிறையத் தின்றுவிட்டு அவரது புதைகுழிக்கு இனிமேல் வரவேண்டாம் என்று எனக்குக் கட்டளையிட்டார்.''

இதே நேரத்தில் தான் அரசர், மணமாகாத இளைஞர்கள் எல்லாரையும் அரண்மனை மைதானத்தில் கூடுமாறு அறிவிக்கச் செய்திருந்தார். அரசருடைய மகள் இளவரசி எழிலரசி பன்னிரண்டு தூண்களும் ஓக் மரக்கட்டைகளின் பன்னிரண்டு அடுக்குகளும் கொண்ட மாளிகை ஒன்றைக் கட்டுமாறு உத்தரவிட்டிருந்தாள். அங்கே உச்சி மாடத்தின் சன்னலருகே அமர்ந்து, தனது சன்னல் உயரத்திற்குக் குதிரையில் தாவி தனது உதடுகளில் முத்தமிடக் கூடிய ஒருவனுக்காகக் காத்திருக்கிறாள். வெற்றி பெறக் கூடியவனுக்கு, எக்குடிப் பிறந்தவனாக இருந்தாலும் சரி, தன் மகள் இளவரசி எழிலரசியை அரசர் மணமுடித்து வைப்பதுடன் நாட்டில் பாதியையும் அவனுக்கு வழங்குவார்.

இந்தச் செய்தியானது இவானின் சகோதரர்களைச் சென்றடைய, அதிருஷ்டத்தைச் சோதித்துப் பார்ப்பதென்று முடிவு செய்தார்கள்.

தங்களுடைய சிறந்த குதிரைகளுக்கு ஓட்ஸ் உணவளித்து, லாயத்தை விட்டு அழைத்து வந்தார்கள். தாங்களும் மிகச் சிறந்த உடைகளை அணியவும், தங்களது சுருள் முடிகளை வாரிவிட்டுக் கொள்ளவும் செய்தார்கள். சூட்டடுப்புப் பரண் மீது உட்கார்ந்து கொண்டிருந்த இவான் அவர்களிடம் சொன்னான்:

‘‘என்னையும் உங்களுடன் கூட்டிச் செல்லுங்கள், என் அண்ணன்களே, என்னுடைய அதிருஷ்டத்தை நானும் சோதித்துப் பார்க்கிறேன்.’’

‘‘முட்டாளே, சூட்டடுப்புப் பரண் மீது கிட!’’ சிரித்தார்கள். ‘‘எங்களுடன் வந்தால் உன்னைப் பார்த்து நகைக்கத்தான் செய்வார்கள். காட்டிற்குப் போய் காளான் பொறுக்குவது நல்லது.’’

சகோதரர்கள் தங்களது குதிரைகளின் மீது ஏறி, தொப்பிகளை நிமிர்த்தி வைத்துக் கொண்டு, சீட்டியடித்து கூச்சலிட்டு, புழுதியைக் கிளப்பிக் கொண்டு சாலையிலே பாய்ச்சலில் சென்றனர். இவானோ தந்தை தனக்குத் தந்த கடிவாளத்தை எடுத்துக் கொண்டு திறந்த வெளிக்குச் சென்று தந்தை சொல்லியிருந்தது போலக் கத்தினான்:

‘‘மந்திரக் குதிரையே, வாராய், வந்து என்னைப் பாராய், கடமைதனைச் செய்வாய்!’’

உடனே குதிரை ஒன்று அவனை நோக்கி ஓடிவந்தது. அதனது குளம்புகளுக்குக் கீழாக பூமி அதிரிட்டது, அதனது நாசித்துவாரங்களினின்றும் தீ நாக்குகள் வெளிவந்தன, அதனது காதுகளினின்றும் புகை மேகங்கள் வெளியேறின. இவானிடம் பாய்ச்சலில் வந்து நின்ற குதிரை கேட்டது.

‘‘உன் விருப்பம் என்ன, இவான்?’’

இவான் அதனது கழுத்தைத் தடவிக் கொடுத்தான், கடிவாளமிட்டான், பிறகு அதனது வலப்பக்கக் காதுக் குள்ளாக ஏறி இடப்பக்கக் காது வழியாக வெளிவந்தான். அந்தோ! எழுதவும் கூறவும் முடியாத அளவு அழகிய இளைஞனாக மாறியிருந்தான். மந்திரக் குதிரையின் மீதேறி அரசரின் அரண்மனைக்குப் புறப்பட்டான். பூமி நடுங்க குதிரை பாய்ந்து சென்றது, மலைகளையும் பள்ளத்தாக்கு களையும் விரைந்து கடந்தது, வீடுகளையும் மரங்களையும் ஒரே பாய்ச்சலில் தாண்டியது.

இவான் அரண்மனை அடைந்தபோது, மைதானம் ஆட்களால் நிரம்பி வழிந்தது. பன்னிரண்டு தூண்களும் ஓக் மரக்கட்டைகளின் பன்னிரண்டு அடுக்குகளும் கொண்ட மாளிகை ஒன்று அங்கே நின்றது. அதனது உச்சி மாடத்தில் தனது அறையின் சன்னலருகே இளவரசி எழிலரசி அமர்ந்திருந்தாள்.

அரசர் வெளிவாசலுக்கு வந்து சொன்னார்:

"அருமை இளைஞர்களே, உங்களில் எவன் சன்னல் உயரத்துக்குத் தனது குதிரை மீது பாய்ந்து என் மகளின் உதடுகளில் முத்தமிடுகிறானோ, அவனுக்கு என் மகளைத் திருமணம் செய்து கொடுத்து, என் நாட்டில் பாதியையும் தருவேன்."

இளவரசி எழிலரசியின் திருமணத்தைக் கோரியவர்கள் ஒருவர் பின் ஒருவராகத் துள்ளவும் பாயவும் செய்தார்கள், ஆனால் சன்னலை அவர்களால் அடைய முடியவில்லை. இவானின் இரு அண்ணன்களும் முயன்றனர், மாளிகையின் நடுப்பகுதியை மட்டுமே எட்ட முடிந்தது.

இவானுடைய முறை வந்தபோது, மந்திரக் குதிரையை ஒரே பாய்ச்சலில் உச்சி மர அடுக்கிற்கு இரண்டு அடுக்கு குறைவாகச் செலுத்தினான். அடுத்த முறை ஓர் அடுக்கு குறைவாகச் செலுத்தினான். இன்னும் ஒரு வாய்ப்பு எஞ்சியிருந்தது. அப்போது மந்திரக் குதிரை வட்டமாகச் சுற்றிவரச் செய்து அதைத் தூண்டி, தீ நாக்குப் போல சன்னல் வரை பாய்ந்து இளவரசி எழிலரசியின் இனிப்பான உதடுகளில் முத்தமிட்டான். இளவரசியும் தனது முத்திரை மோதிரத்தால் அவனது நெற்றியில் முத்திரை பதித்தாள்.

மக்கள் கூச்சலிட்டார்கள்: "பிடியுங்கள் அவனை! நிறுத்துங்கள் அவனை!" ஆனால் இவானும் அவனது குதிரையும் புழுதி மேகத்தில் காணாமற் போயினர்.

திறந்த வெளியை அடையவும் மந்திரக் குதிரையின் இடப்பக்கக் காதிற்குள்ளாக ஏறி வலப்பக்கக் காதின் வழியாக

இவான் வெளியேறினான். அந்தோ! தனது பழைய தோற்றத்தைத் திரும்பவும் பெற்றிருந்தான். பிறகு மந்திரக் குதிரையைச் சுதந்திரமாகப் போக விட்டுவிட்டு அவனும் வீடு திரும்பினான். வழியில் காளான் சேகரிக்க நின்றான். வீட்டிற்குள்ளாக வந்ததும், கந்தல் துணியால் நெற்றியைக் கட்டிக்கொண்டு, சூட்டடுப்புப் பரண் மீது ஏறி எப்போதும் போல படுத்துக்கொண்டான்.

சிறிது நேரம் செல்லவும் அவனது அண்ணன்கள் வீடு திரும்பி அவர்கள் எங்கே போயிருந்தார்கள், என்ன பார்த்தார்கள் என்பதைப் பற்றி அவனிடம் சொல்லத் தொடங்கினார்கள்.

''இளவரசியின் திருமணத்தைக் கோரியவர்களில் மிக அழகும் வலிமையும் பொருந்தியவர்கள் இருந்தனர்,'' என்றார்கள். ''ஆனால் ஒருவன் எல்லாரையும் விஞ்சி நின்றான். தன்னுடைய குதிரையில் இளவரசியின் சன்னல் வரை தாவி அவளது உதடுகளில் முத்தமிட்டான். அவன் வந்ததைப் பார்த்தோம், ஆனால் போனதைப் பார்க்கவில்லை.''

சூட்டடுப்புப் பரண் மீது இந்தவாறே இவான் சொன்னான்:

''ஒருகால் என்னை நீங்கள் பார்த்திருக்கலாம்.''

அவனுடைய அண்ணன்கள் சீற்றமடைந்து சொன்னார்கள்:

''முட்டாளே! உன் அற்பத்தனமான பேச்சை நிறுத்து. சூட்டடுப்பின் மீது உட்கார்ந்து உன் காளான்களைத் தின்னு!''

இளவரசியின் முத்திரை மோதிரத்தால் பெற்ற அடையாளத்தை மறைத்திருந்த கந்தல் துணியை இவான் அழித்தான், உடனே பிரகாசமான ஒளி அந்தக் குடிசையில் பாய்ந்தது. அண்ணன்கள் நடுங்கிப் போய்க் கத்தினார்கள்:

''என்ன செய்து கொண்டிருக்கிறாய், முட்டாளே? நீ வீட்டைக் கொளுத்தி விடுவாய்!''

மறுநாள் அரசர் பெரிய விருந்து வைத்தார், அதற்குப் பிரபுக்களையும் சாதாரண மக்களையும், பணக்காரர்களையும் ஏழைகளையும், இளைஞர்களையும் முதியவர்களையும் தனது எல்லாக் குடிமக்களையும் அழைத்திருந்தார்.

இவானுடைய அண்ணன்களும் விருந்தில் கலந்து கொள்ளத் தயாரானார்கள்.

''என்னையும் உங்களோடு கூட்டிச் செல்லுங்கள், அண்ணன்களே,'' என்று இவான் கெஞ்சினான்.

''என்ன?'' என்று சொல்லி நகைத்தார்கள். ''எல்லாரும் உன்னைப் பார்த்துக் கேலிதான் செய்வார்கள். இங்கேயே சூட்டடுப்புப் பரண் மீது அமர்ந்து காளான்களைத் தின்னு.''

பிறகு சகோதரர்கள் தங்களது குதிரைகளின் மீது ஏறி ஓட்டிக்கொண்டு சென்றார்கள். இவான் அவர்களைப் பின்தொடர்ந்து கால்நடையாகச் சென்றான். அரசருடைய அரண்மனையை அடைந்த அவன் ஒரு மூலையில் உட்கார்ந்து கொண்டான். இளவரசி எழிலரசி அப்போது விருந்தினர்கள் அனைவரையும் சுற்றிப் பார்க்கத் தொடங்கினாள். அவளே சுமந்து வந்த தேறலை குவளையிலிந்து ஒவ்வொருவருக்கும் வழங்கினாள், நெற்றியில் முத்திரை பதிக்கப்பெற்றவனைத் தேடினாள்.

இவானைத் தவிர எல்லா விருந்தினர்களையும் பார்த்து விட்டாள், கடைசியாக அவனை நெருங்கிய போது அவளது இதயம் ஒடுங்கிப் போனது. அவனை உற்றுப் பார்த்தாள். அவன் உடம்பு முழுக்கப் புகைக்கரி படிந்தும், தலைமுடி சிலிர்த்துக் கொண்டும் இருந்தன.

இளவரசி எழிலரசி கேட்டாள்:

''*யார் நீ? எங்கிருந்து வருகிறாய்? நெற்றியை ஏன் கந்தலால் கட்டியிருக்கிறாய்?*''

''கீழே விழுந்து காயப்படுத்திக் கொண்டேன்,'' என இவான் பதிலளித்தான்.

இளவரசி கந்தலை அவிழ்க்க, பிரகாசமான வெளிச்சத்தில் உடனே அரண்மனை மூழ்கியது.

''அதுதான் எனது முத்திரை!'' என்று கத்தினாள். ''இதோ எனக்கு நிச்சயிக்கப்பட்டவன்!''

அரசர் உடனே இவானிடம் வந்து அவனை உற்றுப் பார்த்துவிட்டுச் சொன்னார்:

''இல்லை, இளவரசி எழிலரசி, இது உனக்கு நிச்சயிக்கப்பட்டவனாக இருக்க முடியாது! அவனது உடம்பு முழுக்கப் புகைக்கரியாக இருக்கிறது, சாதாரணக் குடியானவனாக இருக்கிறான்!''

அரசரிடம் இவான் சொன்னான்:

''என் முகத்தைக் கழுவிக்கொள்ள அனுமதியுங்கள், அரசே.''

அரசர் அவனுக்கு அனுமதியளித்தார். இவான் வெளியே முற்றத்திற்கு வந்து தந் தந்தை தனக்குச் சொல்லியது போலச் சத்தம் போட்டான்:

''மந்திரக் குதிரையே, வாராய், வந்து என்னைப் பாராய், கடமைதனைச் செய்வாய்!''

உடனே மந்திரக் குதிரை அவனை நோக்கிப் பாய்ச்சலில் வந்தது. அதனது குளம்புகளக்குக் கீழாக பூமி அதிரிட்டது, அதனது நாசித்துவாரங்களினின்றும் தீ நாக்குகள் வெளிவந்தன, அதனது காதுகளினின்றும் புகை மேகங்கள் வெளியேறின. இவான் அதனது வலப்பக்கக் காதுக்குள்ளாக ஏறி இடப்பக்கக் காது வழியாக வெளிவந்தான். எழுதவும் கூறவும் முடியாத அளவு அழகிய இளைஞனாக மாறியிருந்தான். அவனைப் பார்த்த போது அரண்மனையில் இருந்த எல்லாருமே வியப்பினால் நீண்ட பெருமூச்சு விட்டார்கள்.

அதன் பிறகு வார்த்தைகள் வீணாக்கப்படவில்லை.

இளவரசி எழிலரசியை இவான் மணந்து கொண்டான். அவர்களது மணவிழாவைக் கொண்டாடுவதற்கு மிகப் பெரிய விருந்து நடைபெற்றது.

7. உறைபனித் தாத்தா

முன்னொரு காலத்தில் கிழவன் ஒருவன் தன் இரண்டாவது மனைவியுடன் வாழ்ந்து வந்தான். அவர்கள் ஒவ்வொருவருக்கும் ஒரு மகள் உண்டு & அவனுக்கும் ஒரு மகள், அதே போல அவளுக்கும் ஒரு மகள்.

மாற்றாந்தாய் எப்படிப்பட்டவள் என்பது எல்லாருக்கும் தெரியும். தவறு செய்தாலும் தண்டனை கிடைக்கும், நல்லது செய்தாலும் தண்டனையே கிடைக்கும். மாற்றாந் தாயினுடைய சொந்த மகளின் நிலையோ அப்படியில்லை: அவள் என்ன செய்தாலும் பாராட்டு கிடைக்கும்.

கால்நடைகளைப் பார்க்க, வீட்டிற்குள்ளாக விறகும் நீரும் கொணர, அடுப்பு மூட்ட, தரையைப் பெருக்க பொழுது புலரும் முன்பே கிழவனுடைய மகள் விழித்தெழுந்தாள். ஆனால் அவளது மாற்றாந்தாய் எல்லாவற்றிலும் குறை கண்டாள், நாள் முழுக்க வேண்டாத தடபுடல் செய்தாள், அவளைத் திட்டினாள்.

காற்றுக் கூட பலமாக ஊளையிட ஆரம்பித்தால் சிறிது நேரங்கழித்து அடங்கிப் போகும், ஆனால் கிழவியோ ஒருமுறை ஆரம்பித்தால் அடங்கவே மாட்டாள். தன் வளர்ப்பு மகளைக் கொல்வதென்று மாற்றாந்தாய் தீர்மானித்தாள்.

''அவளைக் கூட்டிப் போய்விடு, கிழவனே,'' என்று தன் கணவனிடம் சொன்னாள், ''அவளைப் பார்ப்பதே என்னால் தாங்கிக் கொள்ள முடியவில்லை. கடுமையான பனி உள்ள

காட்டிற்குள்ளாக அவளைக் கூட்டிச் சென்று, அங்கேயே விட்டுவிட்டு வா.''

கிழவன் அழவும் துயரப்படவும் செய்தான், ஆனால் எதுவும் செய்ய முடியாது என்பது அவனுக்குத் தெரியும், ஏனெனில் அவனது மனைவி எப்போதுமே எல்லாவற்றை யும் தன் விருப்பப்படி செய்தாள். தனது குதிரையை ஸ்லெட்ஜ் வண்டியில் பூட்டி தன் மகளை அழைத்தான்:

''வா, என் இனிய குழந்தாய், ஸ்லெட்ஜ் வண்டியில் ஏறிக்கொள்.''

வீடற்ற பெண்ணைக் காட்டிற்குக் கூட்டிச் சென்று, ஒரு பெரிய ஃபிர் மரத்திற்கு அடியில் இருந்த பனித்திரளுக் குள்ளாக அவளைத் திணித்து விட்டு திரும்பி வந்தான்.

மிகவும் குளிராக இருக்கவே, ஃபிர் மரத்திற்கு அடியில் உட்கார்ந்திருந்த இளம் பெண் நடுநடுங்கினாள். திடீரென்று அருகிலே உறைபனித் தாத்தா மரம் விட்டு மரம் தாவியதால் கிளைகளில் படாரென்று சப்தம் எழுந்ததை அவள் செவியுற்றாள். ஒரு நொடியில் அவள் உட்கார்ந்திருந்த அதே மரத்தின் உச்சியில் அவர் இருந்தார்.

''வெதுவெதுப்பாக இருக்கிறாயா பெண்ணே?'' எனக் கேட்டார்.

''ஆமாம், நான் மிகவும் வெதுவெதுப்பாக இருக்கிறேன், உறைபனித் தாத்தாவே!'' என்று பதிலளித்தாள்.

உறைபனித் தாத்தா கீழே வந்தார், படாரென்று சப்தம் முன்னிலும் பலமாகக் கேட்டது, குளிர் அதிகமாகியது.

''வெதுவெதுப்பாக இருக்கிறாயா, பெண்ணே?'' என மீண்டும் கேட்டார். ''வெதுவெதுப்பாக இருக்கிறாயா, அழகியே?''

மிகவும் சிரமப்பட்டு மூச்சு விட்டுக் கொண்டிருந்த அவள் சொன்னாள்:

‘‘ஆமாம், நான் மிகவும் வெதுவெதுப்பாக இருக்கிறேன், உறைபனித் தாத்தாவே!’’

உறைபனித் தாத்தா இன்னும் சற்றுக் கீழே இறங்கி வந்தார், படாரென்ற சப்தம் மிகவும் பலமாக இருந்தது, குளிர் இன்னமும் அதிகமாகியது.

‘‘வெதுவெதுப்பாக இருக்கிறாயா, பெண்ணே?’’ என்றார். ‘‘வெதுவெதுப்பாக இருக்கிறாயா, அழகியே? வெதுவெதுப் பாக இருக்கிறாயா, எனது கண்ணே?’’

அவளோ மரத்துப் போய்க் கொண்டிருந்தாள், நாக்கைக் கூட அவளால் அசைக்க முடியவில்லை, ஆனால் இன்னமும் சொன்னாள்:

‘‘நான் மிகவும் வெதுவெதுப்பாக இருக்கிறேன், அருமை உறைபனித் தாத்தாவே!’’

உறைபனித் தாத்தா அப்பெண் மீது இரக்கம் கொண்டு அவள் மீது தன் கதகதப்பான மேல்கோட்டுகளையும் மென்மயிர் போர்வைகளையும் போர்த்தினார்.

இதற்கிடையே, மாற்றாந்தாய் பணியாரங்கள் சுட்டுக் கொண்டும் ஈமச்சடங்கு விருந்திற்காகத் தயாரித்துக் கொண்டும் இருந்தாள். தன் கணவனிடம் சொன்னாள்:

‘‘கிழவனே, காட்டுக்குப் போய்ப் புதைப்பதற்காக உன் மகளைத் திரும்ப எடுத்துவா!’’

கிழவன் காட்டுக்குச் சென்றான். எங்கே அவளை விட்டுவிட்டு வந்தானோ அங்கே அவனது மகள் மிகவும் மகிழ்ச்சியோடும் உற்சாகத்தோடும் இருந்தாள். உயர்தர உரோம ஆடையணிந்து, ஆடம்பர நகைகளை அலங்கரித்துக் கொண்டு உட்கார்ந்திருந்தாள். அவளுக்கு அருகே விலையுயர்ந்த பரிசுகள் நிறைந்த பெரிய பெட்டி ஒன்று இருந்தது.

கிழவன் பெருமகிழ்ச்சியுற்றான். தன் மகளை ஸ்லெட்ஜ் வண்டியில் உட்கார வைத்து, அவளுக்கு அருகே பெட்டியை வைத்துக் கொண்டு வீட்டிற்கு ஓட்டிச் சென்றான்.

அப்போது பணியாரங்கள் சுட்டுக் கொண்டிருந்த கிழவி, திடீரென்று மேசைக்கு அடியில் நின்ற அவளது சிறிய நாய் சொல்வதைக் கேட்டாள்:

''லொள் லொள்!
கிழவனின் மகளோ மணமகள் ஆகிறாள்,
கிழவியின் மகளோ மணமின்றி வாடுறாள்!''

கிழவி பணியாரம் ஒன்றை நாயிடம் வீசி எறிந்து சொன்னாள்:

''நீ சொல்வது தப்பு, நாயே! நீ இப்படிச் சொல்ல வேண்டும்: 'கிழவியின் மகளோ காதலில் வெல்வாள், கிழவனின் மகளோ செத்து மடிந்தாள்!''

நாய் பணியாரத்தைத் தின்று, திரும்பவும் சொன்னது:

''லொள் லொள்!
கிழவனின் மகளோ மணமகள் ஆகிறாள்,
கிழவியின் மகளோ மணமின்றி வாடுறாள்!''

கிழவி மேலும் சில பணியாரங்களை நாயிடம் வீசினாள், இது உதவி செய்யாததால் அதை அடித்தாள், ஆனால் நாயோ முன்னர் சொன்னதையே திரும்பவும் சொன்னது.

திடீரென்று படலை கிறீச்சிட்டது, கதவு திறக்க, உரோம ஆடையணிந்து, ஆடம்பர நகைகளை அலங்கரித்துக் கொண்ட கிழவனுடைய மகள் உள்ளே வந்து கொண்டிருந் தாள். அவளுக்குப் பின்னே அவளுடைய அப்பா விலையுயர்ந்த வெகுமதிகள் நிறைந்த பெரிய, கனத்த பெட்டியைத் தூக்கிக் கொண்டு வந்தான். அதைப் பார்த்த கிழவியின் வாய் அடைத்துப் போனது.

''குதிரையை ஸ்லெட்ஜ் வண்டியில் பூட்டு, கிழவனே!'' தன் கணவனிடம் சொன்னாள். ''என் மகளைக் காட்டிற்குக் கூட்டிப் போய் உன் மகளை விட்டுவிட்டு வந்த அதே இடத்தில் விட்டுவா.''

கிழவனும் கிழவியின் மகளை ஸ்லெட்ஜ் வண்டியில் ஏற்றி, அதே இடத்திற்கு அவளை அழைத்துச் சென்று உயரமான ஃபிர் மரத்திற்கு அடியில் இருந்த பனித்திரளுக் குள்ளாக அவளைத் திணித்து விட்டுத் திரும்பினான்.

அங்கே கிழவியினுடைய மகள் உட்கார்ந்திருந்தாள். மிகவும் குளிராக இருக்கவே அவளது பற்கள் கடகடத்தன.

விரைவிலேயே மரத்திற்கு மரம் தாவியவாறு உறைபனித் தாத்தா வந்தார். கிளைகளுக்கிடையே படாரென்று சத்தம் கேட்டது. கிழவியினுடைய மகளைப் பார்ப்பதற்காக அவ்வப்பொழுது நின்றார்.

''வெதுவெதுப்பாக இருக்கிறாயா, பெண்ணே?'' என்று கேட்டார்.

அவள் பதில் பேசினாள்:

''இல்லை, இல்லை, எனக்குப் பயங்கரமாக் குளிருது! இந்த மாதிரி படபடவென்று ஓசை யெழுப்ப வேணாம், உறைபனித் தாத்தாவே!''

உறைபனித் தாத்தா கீழே இறங்கி வந்தார், படாரென்று சப்தம் முன்னிலும் பலமாகக் கேட்டது, குளிர் அதிகமாகியது.

''வெதுவெதுப்பாக இருக்கிறாயா, பெண்ணே?'' எனக் கேட்டார், ''வெதுவெதுப்பாக இருக்கிறாயா, அழகியே?''

அவள் பதிலளித்தாள்:

''இல்லை, இல்லை, என் கைகளும் கால்களும் உறைந்து போய்விட்டன! போ, உறைபனியே!''

உறைபனித் தாத்தா இன்னும் கீழே இறங்கி வந்தார், மேலும் உரக்க படபட ஓசை ஏற்பட்டது, குளிர் அதிகமாகியது.

''வெதுவெதுப்பாக இருக்கிறாயா, பெண்ணே?'' என்று திரும்பவும் கேட்டார். ''வெதுவெதுப்பாக இருக்கிறாயா, அழகியே?''

''இல்லை, இல்லை!'' அவள் கத்தினாள். ''நான் உறைந்து போயிட்டேன்! கிழட்டு உறைபனியே, செத்து ஒழி!''

இந்த வார்த்தைகளால் உறைபனித் தாத்தா மிகவும் கோபமடைந்து, மிக மிக அதிகமான குளிர் ஏற்படும்படி செய்ததால் கிழவியின் மகள் உறைந்து செத்துப் போனாள்.

விடியும் முன் கிழவி தன் கணவனிடம் சொன்னாள்:

''சீக்கிரம் குதிரையை ஸ்லெட்ஜ் வண்டியில் பூட்டு, கிழவனே. போய் என் மகளை வெள்ளியாலும் தங்கத்தாலும் ஆடை அணிவித்துக் கூட்டிவா.''

கிழவன் புறப்பட்டான். அப்பொழுது மேசைக்குக் கீழாக நின்ற நாய் சொன்னது:

''லொள் & லொள்!
கிழவனின் மகளோ மணமகள் ஆகிறாள்,
கிழவியின் மகளோ செத்து மடிகிறாள்!''

கிழவியோ பலகாரம் ஒன்றை நாயிடம் வீசியெறிந்து சொன்னாள்:

''நீ சொல்வது தப்பு, நாயே! நீ இப்படிச் சொல்ல வேண்டும்: 'கிழவியின் மகளோ மணமகள் ஆகிறாள்...' ''

ஆனால் நாயோ முன்னர் சொன்னதையே திரும்பவும் சொன்னது:

''லொள் & லொள்!
கிழவனின் மகளோ மணமகள் ஆகிறாள்,
கிழவியின் மகளோ செத்து மடிகிறாள்!''

அந்நேரத்தில் படலைக் கிறீச்சிட, தன் மகளைச் சந்திப்பதற்காகக் கிழவி வெளியே விரைந்தாள். மரப்பட்டை மூடியைத் திரும்பிப் பார்த்தாள், அங்கே ஸ்லெட்ஜ் வண்டியில் அவளது மகள் செத்துக் கிடந்தாள்.

கிழவி கதறி அழுதாள், ஆனால் அதற்குள் எல்லாமே முடிந்திருந்தது.

8. எங்கென்று நானறியாத இடத்துக்குப் போய் என்னவென்று நானறியாததைக் கொண்டுவா

அரசர் ஒருவர் ஒரு நாட்டை ஆண்டு வந்தார். அவர் திருமணம் ஆகாத தனி ஆளாக இருந்தார். அவரிடத்தில் அந்திரேய் என்ற வில்லாளி சேவகம் பார்த்து வந்தான்.

ஒருநாள் வில்லாளி வேட்டையாடச் சென்றான். பகல் முழுக்கக் காடுகளில் சுற்றித் திரிந்தான், ஆனால் அவனுக்கு எதுவும் கிட்டவில்லை. நேரமாகிக் கொண்டு போகவே, மிகவும் துயருற்று வீடு நோக்கித் திரும்பினான். திடீரென்று ஒரு மரத்தின் மீது காட்டுப்புறா உட்கார்ந்திருப்பதைக் கண்டான்.

''அதை நான் குறிவைத்து எய்ய முடியும்,'' என்று நினைத்தான்.

புறாவைக் குறிபார்த்து எய்ய, புறாவும் மரத்திலிருந்து ஈரமான தரையில் விழுந்தது. அதைக் கையில் எடுத்துக் கொண்ட அந்திரேய், அதனது கழுத்தை முறுக்கித் தனது பைக்குள் போடவிருந்த போது, அந்தப் புறா அவனிடத்தில் மனிதக் குரலில் பேசியது:

''என்னைக் கொல்ல வேண்டாம், வில்லாளி அந்திரேய், எனது கழுத்தை முறுக்க வேண்டாம். என்னை உயிருடன் வீட்டிற்கு எடுத்துச் சென்று சன்னல் மாடத்தில் விட்டுவை. ஆனால் நினைவு இருக்கட்டும், நான் சிறு தூக்கம் போடத் தொடங்கிய உடனேயே, உனது வலக்கரத்தால் என்னைத் தட்டு, பெரிய அதிருஷ்டம் உன்னை வந்து சேரும்.''

வில்லாளி அந்திரேயால் தன் காதுகளை நம்ப முடியவில்லை.

''என்ன இது?'' என்று நினைத்தான். ''இந்தப் பறவை மற்ற பறவைகளைப் போலவேதான் காணப்படுகிறது, ஆயினும் இது மனிதக் குரலில் பேசுகிறது.''

புறாவை வீட்டுக்கு எடுத்துச் சென்று, சன்னல் மாடத்தில் அதை வைத்துவிட்டுக் காத்திருந்தான். மெல்ல மெல்ல புறா தனது தலையை வளைத்து இறக்கைக்கு அடியில் வைத்துக் கொண்டு சிறு தூக்கம் போட்டது. தன்னிடம் அது சொல்லியதை மறக்காது அந்திரேய் தனது வலக்கரத்தால் அதைத் தட்டினான். புறா தரையில் விழுந்து ஈடு இணையற்ற அழகி இளவரசி மாரியாவாக மாறினாள்.

இளவரசி மாரியா வில்லாளியிடம் சொன்னாள்:

''என்னைப் பிடித்து விட்டாய், இப்போது என்னை வைத்துக் கொள்ளப் பார். என்னை மணந்து கொள். உனக்கு நான் நம்பிக்கையும் சந்தோஷமும் மிக்க மனைவியாக இருப்பேன்.''

இவ்வாறாக வில்லாளி அந்திரேய் இளவரசி மாரியாவை மணந்தான். அவனும் அவனது இளம் மனைவியும் மிக மிக மகிழ்ச்சியாக ஒருசேர வாழ்ந்தார்கள். அவன் தனது கடமைகளைப் புறக்கணிக்கவில்லை: ஒவ்வொரு நாளும் விடியலுக்கு முன்பே காட்டிற்குப் போய், காட்டுப்பறவை களை வேட்டையாடி அவற்றை அரசருடைய சமையலறைக்கு எடுத்து வருவான். இவ்வாறாகச் சிறிது காலம் சென்றது. ஒருநாள் இளவரசி மாரியா சொன்னாள்:

''அந்திரேய், நீயும் நானும் மிகவும் ஏழையாக இருக்கிறோம்.''

''ஆமாம்.''

''கடன் வாங்கி, அதைக் கொண்டு எனக்குப் பட்டு நூல் வாங்கித் தந்தால், நமது வாழ்க்கை நன்றாக இருக்குமாறு பார்த்துக் கொள்வேன்.''

அவள் தன்னிடம் சொன்னது போலவே அந்திரேய் செய்தான். அங்குமிங்கும் தனது நண்பர்களிடம் போய் கடன் வாங்கி, பட்டு நூல் வாங்கினான். அதை தன் மனைவியிடம் கொண்டுவந்தான். அவளும் பெற்றுக் கொண்டு சொன்னாள்:

‘‘இப்போது தூங்கப் போ, இரவை விட காலை சிறந்தது.’’

அந்திரேய் தூங்கச் சென்றான், இளவரசி மாரியா நெய்வதற்கு அமர்ந்தாள். இரவு முழுக்க நெய்தாள். இந்த உலகம் இதுவரை பார்த்திராத சமுக்காளம் ஒன்றைச் செய்தாள். அதன் மீது நாடு முழுவதும், அதனது எல்லா நகரங்களுடனும் கிராமங்களுடனும், அதனது காடுகளுடனும் வயல்வெளிகளுடனும், வானில் உள்ள பறவைகள், காட்டில் உள்ள விலங்குகள், கடலில் உள்ள மீன்கள் இவற்றுடனும், நிலா, பிரகாசிக்கின்ற சூரியன் ஆகிய எல்லாவற்றுடனும் நெய்யப்பட்டிருந்தது.

காலையில் சமுக்காளத்தைத் தன் கணவனிடம் கொடுத்து இளவரசி மாரியா சொன்னாள்:

‘‘இதை கடைவீதிக்குச் சென்று விற்பனை செய், ஆனால் நீயாக விலை குறிப்பிடக்கூடாது என்பதை நினைவில் கொள்.’’

அந்திரேய் அதை கையில் எடுத்துக்கொண்டு கடை வீதிக்குச் சென்றான்.

அந்நேரத்தில் வியாபாரி ஒருவன் அவனிடம் ஓடிவந்து கேட்டான்:

‘‘ஏம்பா, சமுக்காளத்தின் விலை என்ன?’’

‘‘நீ ஒரு வியாபாரி, நீயே விலை சொல்.’’

அந்த வியாபாரி நெடு நேரமாகச் சிந்தித்தும் சமுக்காளத் திற்கு விலை கூற முடியவில்லை. பிறகு வேறொரு வியாபாரி வந்தான், அவனையடுத்து இன்னொருவன்

வந்தான், இப்படியாகப் பெருங் கூட்டம் கூடிவிட்டது. சமுக்காளத்தைப் பார்த்து எல்லாரும் வியந்தார்களே தவிர ஒருவராலும் விலை சொல்ல முடியவில்லை.

அத்தருணத்தில் குதிரை வண்டியில் வந்த அரசருடைய ஆலோசகன் எதற்காக இந்த சத்தம் என்று வியந்தான். தனது வண்டியை விட்டு இறங்கி கூட்டத்தை விலக்கிக் கொண்டு சென்று கேட்டான்:

''எல்லா நாட்டு வியாபாரிகளுக்கும் வணக்கம். இங்கே என்ன நடைபெறுகிறது?''

''இந்தச் சமுக்காளத்திற்கு எங்களால் விலை கூற முடியவில்லை,'' என்றனர்.

அந்தச் சமுக்காளத்தைப் பார்த்த ஆலோசகன் வியப்புற்றுப் போனான்.

''வில்லாளியே, என்னிடம் உண்மையைச் சொல்: இந்த அற்புதமான சமுக்காளத்தை எங்கே பெற்றாய்?'' எனக் கேட்டான்.

''இது என் மனைவி செய்தது,'' என்றான் வில்லாளி.

''அதனது விலை என்ன?''

''எனக்குத் தெரியாது. எது கொடுத்தாலும் வாங்கிக் கொள்ளும்படி என் மனைவி சொல்லியிருக்கிறாள்.''

''அப்படியானால் இதோ பத்தாயிரம் வெள்ளிக் காசுகள்.''

அந்திரேய் பணத்தைப் பெற்றுக் கொண்டு, சமுக்காளத்தை ஒப்படைத்து விட்டு வீடு சென்றான். ஆலோசகன் அரண்மனைக்குப் போய் அரசரிடம் சமுக்காளத்தைக் காட்டினான்.

அதைப் பார்த்த அரசர் மலைத்துப் போனார், ஏனெனில் அவரது நாடு முழுமையுமே அவரது கண்ணுக்கு முன்னால் இருந்தது. அவர் மூச்சற்றுப் போனார்.

‘‘என்ன வேண்டுமானாலும் சொல், ஆனால் இந்தச் சமுக்காளத்தை உன்னிடம் திரும்பத்தர மாட்டேன்!’’ என்றார்.

இருபதனாயிரம் வெள்ளிக் காசுகள் கொண்டுவரச் சொல்லி அதை ஆலோசகனிடம் கொடுத்தார். அவனோ பணத்தை வாங்கிக் கொண்டு சிந்தித்தான். ‘‘பரவாயில்லை, இன்னும் சிறந்ததாக, எனக்காகவே தயாரிக்கப்பட்டதாக வேறொன்றும் வாங்கிக் கொள்வேன்.’’

வண்டியில் ஏறி நகரத்தின் வெளிப்புறத்திற்கு ஓட்டிக் கொண்டு சென்றான். வில்லாளி அந்திரேய் வசித்த குடிசையைக் கண்டுபிடித்து அதன் கதவைத் தட்டினான். இளவரசி மாரியா கதவைத் திறந்தாள். ஆலோசகன் ஒரு பாதத்தை வாயிற்படிக்கு மேலாக வைத்தான், ஆனால் மற்றொரு பாதம் தரையிலேயே இருந்தது, வாயடைத்துப் போனான், எதற்காக வந்தோம் என்பதை மறந்து விட்டான்: வைத்த கண் வாங்காது பார்க்கத் தக்க அழகி ஒருத்தி அவனுக்கு முன் நின்றாள்.

அவன் பேசட்டும் என இளவரசி மாரியா காத்திருந்தாள். ஆனால் அவன் பேசாததால் அவனை வெளியே அனுப்பி விட்டுக் கதவைச் சாத்தினாள். சற்று நேரத்திற்குப் பிறகு அவன் தன் சுய உணர்வு பெற்று வீடு வந்து சேர்ந்தான். அன்றிலிருந்து அவனால் வில்லாளியினுடைய மனைவியை மறக்க முடியாததால் உண்ணவோ பருகவோ முடியவில்லை.

அவன் முன்னர் போல இல்லை என்பதைக் கண்ட அரசர் காரணத்தை கேட்டார். ஆலோசகன் சொன்னான்:

‘‘அரசரே, நான் வில்லாளியினுடைய மனைவியைப் பார்த்தேன், என்னால் அவளை மறக்க முடியவில்லை. அவள் என்னை மயக்கி விட்டாள், அந்த மயக்கத்திலிருந்து விடுபட என்னால் முடியவில்லை.’’

வில்லாளியினுடைய மனைவியைப் பார்க்க வேண்டும் என்ற ஆர்வம் அரசருக்கு ஏற்பட்டது. சாதாரணமான

உடையணிந்து, நகரத்தின் வெளிப்புறத்திற்குச் சென்றார். வில்லாளி அந்திரேய் வசித்த குடிசையைக் கண்டுபிடித்து அதன் கதவைத் தட்டினார். இளவரசி மாரியா கதவைத் திறந்தாள். அரசர் ஒரு பாதத்தை வாயிற்படிக்கு மேலாக வைத்தார், ஆனால் மற்றொரு பாதம் தரையிலேயே இருந்தது. அதிசயத்தால் வாயடைத்துப் போய் அங்கேயே நின்றார், ஏனெனில் இத்தனை அழகுள்ள எவளையும் இதுவரை அவர் கண்டதில்லை.

அரசர் பேசட்டும் என இளவரசி மாரியா காத்திருந்தாள். ஆனால் அவர் பேசாததால் அவரை வெளியே அனுப்பி விட்டுக் கதவைச் சாத்தினாள்.

அரசர் பெருங் காதல்நோய்க்கு ஆளானார்.

''நான் ஏன் தனிமையில் வாழ வேண்டும்?'' என்று நினைத்தார். ''இந்த அழகியை மணந்து கொள்ளலாம். இவள் அரசருக்கு மனைவியாக வேண்டியவள், வில்லாளிக்கு அல்ல.''

அரசர் மாளிகைக்குத் திரும்பிச் சென்றார். கணவனிடமிருந்து அவளைத் திருடுவது என்ற ஒரு கெட்ட திட்டம் அவர் மூளையில் உருவானது. தனது ஆலோசகனை அழைத்துச் சொன்னார்:

www.ingramcontent.com/pod-product-compliance
Lightning Source LLC
Chambersburg PA
CBHW050023170726
48282CB00025B/519
* 9 7 8 8 1 9 6 0 5 2 9 9 7 *